NHỚ CÚC HOA / MISSING CÚC HOA
THƠ / POEMS PHẠM CAO HOÀNG
BẢN DỊCH / TRANSLATION THÂN TRỌNG SƠN

THÂN TRỌNG SƠN
NHỚ CÚC HOA
Dịch thơ Phạm Cao Hoàng

Ấn bản 2025
Tranh bìa: DỐC PHỐ TĂNG BẠT HỔ - Tranh Nguyễn Sông Ba
Dàn trang: Công Nguyễn
Biên tập: Hoàng Kim Chi
Nhà xuất bản Nhân Ảnh, California, Hoa Kỳ

ISBN: 9798349307690

Phạm Cao Hoàng
Virginia 10/2023 - Ảnh: Nguyễn Hữu

PHẠM CAO HOÀNG

Sinh năm 1949 tại Phú Thứ, Tuy Hòa, Phú Yên. Dạy học 30 năm (1969-1999) qua các tỉnh Bình Thuận, Phú Yên, Lâm Đồng. Sang Mỹ định cư từ cuối năm 1999. Hiện sống cùng gia đình tại tiểu bang Virginia. Khởi viết từ năm 1969. Ngoài thơ, truyện còn có viết một số ca khúc. Sáng lập và chủ biên Trang Văn Học Nghệ Thuật Phạm Cao Hoàng (phamcaohoang.com).

TÁC PHẨM ĐÃ XUẤT BẢN:

• Trước 1975:

1. ĐỜI NHƯ MỘT KHÚC NHẠC BUỒN (Thơ, NXB Đồng Dao, Sài Gòn, 1972);
2. TẠ ƠN NHỮNG GIỌT SƯƠNG (Thơ, NXB Đồng Dao, Sài Gòn, 1974);

• Sau 1975:

3. MÂY KHÓI QUÊ NHÀ (Tuyển tập thơ, NXB Thư Ấn Quán, Hoa Kỳ, 2010; gồm những bài thơ chọn lọc từ 2 tập xuất bản trước 1975).
4. MƠ CÙNG TÔI GIẤC MƠ ĐÀ LẠT (Truyện và tạp bút, NXB Thư Ấn Quán, Hoa Kỳ, 2013).
5. ĐẤT CÒN THƠM MÃI MÙI HƯƠNG (Thơ, NXB Thư Ấn Quán, Hoa Kỳ, 2015, tái bản các năm 2018, 2023)

CÚC HOA THỜI DOMAINE DE MARIE ĐÀ LẠT
TRANH ĐINH CƯỜNG

NHỚ CÚC HOA

đất anh ở và rừng anh thở
sáng anh đi chiều lại trở về
rừng vi vút những đêm gió thổi
bóng anh chìm với bóng hư vô

đôi khi đứng bên triền đá dựng
anh hoang mang sợ núi đè mình
có khi thấy con chồn con cáo
anh giật lùi lòng thoáng hãi kinh

anh đi qua rừng cao quá đỗi
anh đi về rừng quá đỗi cao
anh thu mình như con sâu nhỏ
nằm rung rinh giữa đám lá rì rào

và buồn thảm ôi những chiều lặng lẽ
núi và anh thành hai kẻ đăm chiêu
núi ngó anh và anh ngó núi
núi đụng trời anh đụng nỗi đìu hiu

đất anh ở và rừng anh thở
quá lâu ngày nên thấy hoang mang
anh sống dở và anh chết dở
giữa núi rừng cao ngất ngàn năm

1974

EN SOUVENIR DE CÚC HOA

La terre est ta demeure, la forêt ton souffle,
Le matin tu pars, le soir tu reviens.
Les arbres murmurent sous le vent nocturne,
Ton ombre se fond dans le néant.

Parfois, debout sur une falaise escarpée,
Tu crains que la montagne ne t'écrase.
Parfois, croisant un renard ou une belette,
Tu recules, un frisson de peur dans l'âme.

Tu marches à travers des forêts infinies,
Tu reviens à travers des forêts immenses.
Tu te recroquevilles tel un petit ver,
Frémissant sous le bruissement des feuilles.

Et quelle tristesse dans ces soirs silencieux,
La montagne et toi, deux âmes pensives.
La montagne te fixe, et tu la regardes,
Elle touche le ciel, toi, une solitude infinie.

La terre est ta demeure, la forêt ton souffle,
Trop longtemps, et l'inquiétude te gagne.
Tu vis à moitié, tu meurs à moitié,
Dans ces montagnes dressées vers l'éternité.

1974

MISSING CÚC HOA

The land is my home, the forest my breath,
I leave in the morning, return at dusk.
The trees whisper in the wind at night,
My shadow sinks into the void.

Sometimes, standing by a towering cliff,
I fear the mountain might crush me down.
Sometimes, seeing a fox or a weasel,
I step back, a sudden chill in my heart.

I walk through forests, endlessly vast,
I return through forests, endlessly tall.
I curl up like a tiny worm,
Trembling beneath the rustling leaves.

And in the silence of sorrowful evenings,
The mountain and me—two contemplative souls.
The mountain stares at me, and I gaze back,
It touches the sky, I touch loneliness.

The land is my home, the forest my breath,
For too long now, and doubt seeps in.
I live halfway, I die halfway,
Among mountains towering into eternity.

1974

DÙ SAO VẪN CÁM ƠN ĐỜI

Dù sao vẫn cám ơn đời
Cỏ cây và gió mặt trời và hoa
Cám ơn những đám mây xa
Đang bay về phía quê nhà chiều nay
Cám ơn những sớm heo may
Lạnh se sắt lạnh bên này đại dương
Cám ơn giọt nắng vô thường
Lung linh ở cuối con đường khổ đau

Mười năm nước chảy qua cầu
Chuyện về đất nước là câu chuyện buồn
Mười năm sống kiếp tha phương
Thân nơi biển Bắc mà hồn biển Đông
Mười năm thương ruộng nhớ đồng
Lòng còn ở lại sao không quay về
Mười năm nhớ đất thương quê
Bước đi một bước nặng nề đôi chân
Mười năm một thoáng phù vân
Tiếng chim vườn cũ mùa trăng quê người

Dù sao vẫn cám ơn đời
Biển xanh và sóng núi đồi và em
Cám ơn những sáng êm đềm
Khói cà phê quyện bên hiên nhà mình
Đứng bên bờ vực tử sinh
Vẫn nghe em hát bản tình ca xưa

Mười năm như một giấc mơ.

QUOI QU'IL EN SOIT, MERCI À LA VIE

Quoi qu'il en soit, merci à la vie,
Aux herbes et aux vents, au soleil et aux fleurs.
Merci aux nuages lointains
Qui s'envolent vers ma patrie ce soir.

Merci aux matins de brise légère,
Au froid tranchant de l'autre côté de l'océan.
Merci aux rayons de soleil éphémères,
Scintillant au bout du chemin de douleur.

Dix ans, l'eau a coulé sous les ponts,
L'histoire de la patrie est une histoire triste.
Dix ans à vivre en exil,
Le corps en mer du Nord, l'âme en mer de l'Est.

Dix ans à chérir les rizières,
Le cœur resté là-bas, pourquoi ne pas revenir ?
Dix ans à aimer la terre natale,
Chaque pas en avant pèse lourd sur mes pieds.

Dix ans, un souffle de nuage éphémère,
Un oiseau chante au jardin d'antan, sous la lune d'un pays étranger.

Quoi qu'il en soit, merci à la vie,
À la mer bleue et aux vagues, aux montagnes et à toi.
Merci aux matins paisibles,
À la fumée du café qui s'élève sous l'auvent de notre maison.

Debout au bord du gouffre de la vie et de la mort,
Je t'entends encore chanter cette vieille chanson d'amour.

Dix ans ne furent qu'un rêve.

ANYWAY, THANK YOU, LIFE

Anyway, thank you, life,
For the grass and the wind, the sun and the flowers.
Thank you for the distant clouds
Drifting homeward this evening.

Thank you for the crisp autumn mornings,
For the biting cold on this side of the ocean.
Thank you for the fleeting rays of sunshine,
Shimmering at the end of the road of sorrow.

Ten years, the water has flowed under the bridge,
The story of my homeland is a sorrowful tale.
Ten years of living in exile,
My body in the North Sea, my soul in the East Sea.

Ten years of longing for the fields,
My heart remains there—why not return?
Ten years of yearning for my homeland,
Every step forward feels unbearably heavy.

Ten years, a fleeting wisp of cloud,
A bird sings in the old garden, under the foreign moon.

Anyway, thank you, life,
For the blue sea and the waves, the mountains and you.
Thank you for the peaceful mornings,
For the scent of coffee rising under our home's eaves.

Standing at the edge of life and death,
I can still hear you singing that old love song.

Ten years have passed like a dream.

ĐI GIỮA CHIẾN TRANH

Quê cũ mười năm mây lớp lớp
Mười năm mưa khóc buổi sang mùa
Dưới trời sương lạnh rơi tan tác
Rét mùa đông cũ rét lê thê

Đường tôi đi có bom và đạn
Có hận thù trên mỗi dấu chân
Ai thả vào hồn tôi mới lớn
Những mùa xương máu ngập tang thương

Đường tôi đi có mùa hoa rụng
Những cánh hoa màu tim tím xưa
Có phải màu hoa trên áo lụa
Bay bay chiều gió lộng em về

Đường tôi đi có khói hoàng hôn
Quyện trong mưa bấc sắt se buồn
Có phải me tôi bên bếp cũ
Đốt lò sưởi lạnh cuối mùa đông

Ai thổi vào hồn tôi khúc nhạc
Ngàn năm réo gọi kiếp đời tôi
Nơi đây có kẻ tìm non nước
Lang thang bên những mộ bia người

Ai bắn vào hồn tôi trái nổ
Đứt từng mạch máu nát tim tôi
Vỡ vỡ chiều nay tôi sắp vỡ
Chiến tranh chiến tranh bao giờ thôi

1969

MARCHER À TRAVERS LA GUERRE

Dix ans dans mon vieux pays, des nuages en couches,
Dix ans de pluie pleurant au tournant des saisons.
Sous le ciel froid, la brume tombe en lambeaux,
Le froid de l'ancien hiver s'attarde sans fin.

La route que je prends est jonchée de bombes et de balles,
Avec la haine marquant chaque pas.
Qui a jeté dans mon âme encore jeune
Ces saisons de sang et de douleur ?

La route que je prends est bordée de fleurs tombées,
Pétales de cette ancienne teinte violette.
Est-ce la même couleur que la soie de ta robe,
Voltigeant dans le vent du soir quand tu reviens ?

La route que je prends porte la fumée du crépuscule,
Se mêlant à la pluie glaciale, lourde de tristesse.
Est-ce ma mère, près du vieux foyer,
Allumant le dernier feu pour réchauffer l'hiver finissant ?

Qui a soufflé dans mon âme cette mélodie,
Appelant à travers mille ans mon destin ?
Ici, il y a ceux qui cherchent leur patrie,
Errant parmi des pierres tombales sans nom.

Qui a tiré dans mon âme ce coup mortel,
Déchirant mes veines, brisant mon cœur ?
Brisé, brisé—ce soir, je me brise.
Guerre, guerre—quand prendras-tu fin ?

1969

MARCHING THROUGH WAR

Ten years in my old homeland, clouds upon clouds,
Ten years of rain weeping at the turn of seasons.
Under the cold sky, the mist falls in shreds,
The old winter's chill lingers endlessly.

The road I walk is strewn with bombs and bullets,
With hatred marking every step.
Who has cast into my young soul
These seasons of blood and sorrow?

The road I walk is lined with falling flowers,
Petals of that ancient purple hue.
Is it the same color as the silk on your dress,
Fluttering in the evening wind as you return?

The road I walk carries the smoke of twilight,
Blending into the cold drizzle, heavy with sorrow.
Is it my mother, by the old hearth,
Lighting the last fire to warm the fading winter?

Who has breathed into my soul this melody,
Calling through a thousand years to my fate?
Here, there are those who search for their homeland,
Wandering among nameless gravestones.

Who has fired into my soul this deadly shot,
Tearing my veins, shattering my heart?
Breaking, breaking—this evening, I am breaking.
War, war—when will you ever end?

1969

GÃ HÀN SĨ ẤY LẠI RA ĐI

Ra đi trăng xế ngang đầu núi
Đất tiễn người reo khúc biệt hành
Tay vin cửa sổ tay vin áo
Khói quyện đầu hiên. Sương tan nhanh

Bước đi ta sá gì vạn dặm
Đường xa còn có rượu giang hồ
Có trong ta những dòng sông trắng
Chảy êm đềm như tóc em xưa

Bước đi ta dưới trời thu xám
Dùng dằng cũng chỉ bấy nhiêu thôi
Cớ sao trong máu nghe nằng nặng
Những giọt ly tan chảy ngậm ngùi

Ra đi đành gửi quê nhà lại
Nhạc thu giục giã bước chân người
Con sáo nó kêu ngoài giậu vắng
Nhủ người, thôi hãy bước đi thôi

Ta đi. Thôi nhé, ta đi nhé
Đưa tay ngắt một cánh hoa quì
Nghe giòng lệ ứa trong đôi mắt
Chào quê nhà nhé, thôi ta đi.

CE VAGABOND S'EN VA ENCORE UNE FOIS

Il s'en va, sous la lune qui penche sur la montagne,
La terre l'accompagne en chantant l'adieu.
Une main s'accroche à la fenêtre, l'autre à un pan de vêtement,
La fumée tournoie sous l'auvent, la brume se dissipe vite.

Je pars, qu'importe les mille lieues,
Sur la route lointaine, j'ai encore le vin des errants,
Et en moi, ces rivières blanches,
Coulant doucement comme tes cheveux d'antan.

Je pars, sous le ciel d'automne gris,
Hésitant, mais seulement un instant.
Pourquoi alors ce poids dans mon sang,
Ces gouttes d'adieu qui se fondent en amertume ?

Je pars, laissant derrière moi mon pays natal,
La musique d'automne presse mes pas.
Un oiseau siffle derrière la haie déserte,
Comme pour murmurer: "Pars, pars donc."

Je pars. Oui, c'est fini, je pars.
D'une main, je cueille un pétale de tournesol sauvage,
Sentant les larmes monter dans mes yeux.
Adieu, terre natale… Je pars.

THAT WANDERING POET LEAVES ONCE MORE

He leaves, under the moon leaning over the mountain,
The earth bids him farewell with a song.
One hand clings to the window, the other to a sleeve,
Smoke swirls under the eaves, mist quickly fades.

I leave, what do a thousand miles matter?
On the long road, I still have the wanderer's wine,
And within me, those white rivers,
Flowing gently like your hair of old.

I leave, under the gray autumn sky,
Hesitant, but only for a moment.
Then why does my blood feel so heavy,
With farewell tears melting into sorrow?

I leave, leaving my homeland behind,
The autumn melody urges my steps.
A bird calls out from behind the empty hedge,
As if whispering, "Go on, go now."

I leave. Yes, it's over, I leave.
With one hand, I pluck a wild sunflower petal,
Feeling the tears well up in my eyes.
Farewell, homeland… I leave.

MỘT BÔNG HỒNG NỞ GIỮA TIM ANH

Em yêu dấu, sáng nay khi thức dậy
Anh vươn vai nghe chim hót bên ngoài
Trong tim anh có chút gì rộn rã
Có chút gì nhè nhẹ như mây bay

Vâng, anh sẽ khoác áo mưa, xuống phố
Uống cốc cà phê thơm ngát khói hoà bình
Để anh thấy đất trời kia rực rỡ
Nỗi vui mừng đợi suốt mấy mươi năm

Em yêu dấu, đây là lần thứ nhất
Trong đời mình anh thấy quá hân hoan
Anh muốn nói với muôn người trên mặt đất
Rằng nơi đây sắp hết điêu tàn

Và có thể nào đêm nay không còn tiếng súng
Không còn nghe tiếng còi hụ giới nghiêm
Ba giờ sáng xuống Ngã Tư Quốc Tế
Ăn một tô mì thơm ngát bình yên

Có thể nào sáng mai trên thành phố cũ
Người ta bảo nhau: hôm nay hoà bình
Người ta dắt nhau trên đường trẩy hội
Riêng một bông hồng nở giữa tim anh

Em yêu dấu, mộng có khi là thực
Đợi lâu rồi, cũng có lúc, phải không em?
Bóng hoà bình dẫu gần hay xa lắc
Cũng tin rằng sẽ có, nhé em.

1973

UNE ROSE ÉCLOT DANS MON CŒUR

Ma bien-aimée, ce matin en me réveillant,
Je m'étire en écoutant les oiseaux chanter dehors.
Dans mon cœur, une joie légère frémit,
Quelque chose de doux flotte comme un nuage.

Oui, je mettrai mon imperméable et descendrai en ville,
Boire une tasse de café parfumé au doux parfum de paix,
Pour voir le ciel et la terre resplendir,
Cette joie tant attendue depuis des décennies.

Ma bien-aimée, c'est la première fois
Que je ressens un bonheur si intense dans ma vie.
J'aimerais le crier au monde entier,
Que bientôt, ici, la désolation prendra fin.

Et serait-il possible que cette nuit, il n'y ait plus de tirs,
Que l'on n'entende plus les sirènes du couvre-feu ?
À trois heures du matin, descendre au Carrefour International,
Déguster un bol de nouilles aux senteurs de paix.

Serait-il possible que demain matin, dans cette vieille ville,
Les gens se disent : "Aujourd'hui, c'est la paix !"
Qu'ils se tiennent la main, marchant vers la fête,
Tandis qu'une rose unique éclot dans mon cœur.

Ma bien-aimée, parfois les rêves deviennent réalité.
Après tant d'attente, ce moment viendra-t-il enfin ?
Que l'ombre de la paix soit proche ou lointaine,
Nous devons y croire, n'est-ce pas, mon amour ?

1973

A ROSE BLOOMS IN MY HEART

My beloved, this morning when I woke up,
I stretched and heard the birds singing outside.
In my heart, there was a quiet joy,
Something light, drifting like a cloud.

Yes, I will put on my raincoat and go down the street,
Drink a cup of coffee scented with the fragrance of peace,
To see the sky and earth shine bright,
A joy I have awaited for so many years.

My beloved, this is the first time
I have ever felt such happiness in my life.
I want to tell the whole world,
That soon, this place will no longer be in ruins.

And could it be that tonight, there will be no gunfire,
No more wailing sirens of the curfew?
At three in the morning, I'll go to the International Crossroads,
Enjoy a bowl of noodles infused with the taste of peace.

Could it be that tomorrow morning, in this old city,
People will tell each other: "Today, there is peace!"
They will walk hand in hand, celebrating,
While a single rose blooms in my heart.

My beloved, sometimes dreams do come true.
After waiting so long, could this moment finally arrive?
Whether peace is near or still far away,
Let's believe in it, shall we, my love?

1973

MÙA PHƯỢNG HỒNG

Có ai qua đó góp giùm tôi
Những đám mây bay trắng một trời
Những bông phượng đỏ màu nhung nhớ
Gửi làm quà tặng buổi chia phôi

Sẽ xa, thôi cũng đành xa nhé
Người về cuối bãi kẻ đầu sông
Có chút gì đau như cắt ruột
Tay chào, tay vẫy, nón che ngang

Sẽ xa, ừ thôi nhé đành xa
Rồi mai trên những lối tôi về
Tôi biết lòng tôi nghe rộn rã
Nhịp guốc ai đùa trong nắng trưa

Bỗng dưng tôi thấy mình tiêng tiếc
Những tà áo trắng nắng nghiêng nghiêng
Những bàn tay giở lần trang sách
E ấp tờ thư trước cổng trường

Có ai qua đó hái dùm tôi
Những đoá hoa thơm ngát một thời
Ép vào tim để nghe thương nhớ
Để nghe sầu giạt đến muôn nơi

Sẽ xa, thôi cũng đành xa nhé
Người về cuối bãi kẻ đầu sông
Bóng hoa bay mấy chiều tan tác
Hoa rụng ba năm trắng bến hồng

Rồi mai khi gió mùa thu tới
Khi nắng tàn phai trên lối xưa
Có biết người xa xôi trở lại
Hay là biền biệt đến muôn thu

Trời bỗng mang mang, đất ngậm ngùi
Những tà áo trắng năm xưa ơi
Có ai qua đó cho tôi gửi
Một trái tim đau của một thời.

1973

SAISON DES FLAMBOYANTS

Quelqu'un pourrait-il, en passant par là, recueillir pour moi
Ces nuages blancs flottant dans le ciel ?
Ces fleurs de flamboyant rouges de nostalgie
À offrir en souvenir d'un adieu ?

Il faut se quitter, ainsi soit-il,
L'un retournant au rivage, l'autre restant au fleuve.
Quelque chose en moi souffre comme un cœur déchiré,
Une main salue, une main agite, un chapeau dissimule les
larmes.

Il faut se quitter, oui, ainsi soit-il,
Mais demain, sur les chemins que je prendrai,
Je sais que mon cœur s'animera encore
Au rythme de tes pas résonnant sous le soleil de midi.

Soudain, je ressens une douce mélancolie
Pour ces robes blanches sous la lumière inclinée,
Pour ces mains feuilletant un livre,
Pour ces lettres timides ouvertes devant l'école.

Quelqu'un pourrait-il, en passant par là, cueillir pour moi
Ces fleurs embaumant le temps révolu ?
Les presser contre mon cœur pour sentir la tendresse,
Pour entendre la tristesse se propager partout.

Il faut se quitter, ainsi soit-il,
L'un retournant au rivage, l'autre restant au fleuve.
Les pétales s'envolent dans l'air du soir,
Les fleurs tombent depuis trois ans sur la rive rouge.

Puis, un jour, quand soufflera le vent d'automne,
Quand la lumière s'éteindra sur les sentiers d'antan,
Saurai-je si l'absent reviendra
Ou s'il disparaîtra à jamais ?

Le ciel devient mélancolique, la terre soupire,
Ô robes blanches d'autrefois !
Quelqu'un pourrait-il, en passant par là,
Porter pour moi ce cœur blessé d'un temps révolu ?

1973

SEASON OF THE FLAMBOYANT FLOWERS

Could someone passing by gather for me
Those drifting white clouds in the sky?
Those red flamboyant flowers full of longing,
To offer as a farewell gift?

We must part, so let it be,
One going to the river's end, the other staying behind.
Something in me aches as if torn apart,
A hand waves goodbye, a hand reaches out, a hat hides the sorrow.

We must part, yes, so let it be,
But tomorrow, on the paths I take,
I know my heart will still be stirred
By the echoes of your footsteps in the midday sun.

Suddenly, I feel a quiet regret
For those white dresses swaying in the slanted light,
For those hands gently turning the pages of a book,
For those shy letters opened in front of the school gate.

Could someone passing by pick for me
Those flowers carrying the fragrance of a time gone by?
Press them against my heart to feel the warmth,
To hear the sorrow spreading everywhere.

We must part, so let it be,
One going to the river's end, the other staying behind.
Petals scatter in the evening breeze,
Flowers have fallen for three years on the crimson shore.

And one day, when autumn winds return,
When the golden light fades on familiar paths,
Will I know if the one who left will come back,
Or vanish forever into the distance?

The sky grows wistful, the earth sighs,
Oh, white dresses of the past!
Could someone passing by
Carry for me this aching heart of a bygone time?

1973

NHỮNG NHỊP CẦU ĐEN BUỒN BÃ

Anh lầm lũi như kẻ lạ mặt
Sớm tinh sương đạp xe qua cầu
Cầu gập ghềnh như đời anh xuôi ngược
Nên không cầm được nỗi lo âu

Những sớm tinh sương phố im lìm ngủ
Có ai hay một bóng âm thầm
Mắt nhìn sông sâu mà lòng muốn khóc
Buồn nào hơn bọt sóng vô tâm

Mùa nước lớn nước xuôi cuồn cuộn
Bóng chim qua soải cánh mù tăm
Mây xuống thấp cùng mưa buồn vỡ chết
Anh lặng thầm nay đã bao năm

Hỡi những nhịp cầu đen buồn bã
Có buồn không những sớm mưa qua
Có se sắt như lòng tên đãng tử
Đã dừng chân đứng lại bên bờ
Có heo may như gió đầu tháng Chạp
Thổi đầy trời, thổi dạt bóng mây xa

Mùa nước cạn cát trùng trùng một bãi
Cỏ rêu kia xa cách đời nhau
Anh dõi mắt trông niềm ly biệt
Như dòng sông khô nước dưới chân cầu

Chân đã qua mắt còn nhìn lại
Cầu thì cao, sông nước thì xa
Nên ngàn năm lạnh lùng soi đáy nước
Không làm sao nối được lòng chúng ta

Những sớm mai hồng tim anh rướm máu
Nhưng sớm thu sang hiu hắt mưa buồn
Anh lăn vòng xe từng vòng hụt bước
Xe lăn qua mau những nhịp tình không

Những sớm mai xanh một giòng nước biếc
Anh nhìn chim vỗ cánh giữa mênh mông
Chim bay trời cao nước xuôi dưới thấp
Buồn nào như gió ngủ trên không

Hỡi những nhịp cầu đen buồn bã
Đã bao năm không nối được lòng nhau
Thì thiên thu cũng hoài mong đợi
Như cầu cao soi bóng đáy sông sâu.

LES PONTS NOIRS TRISTES

Tu avances lentement, tel un étranger,
Traversant le pont à vélo à l'aube.
Le pont vacille comme ta vie errante,
Alors tu ne peux retenir ton angoisse.

Dans l'aube silencieuse, la ville dort encore,
Qui sait qu'une ombre passe en secret?
Les yeux fixés sur le fleuve profond, l'âme en larmes,
Quelle tristesse plus grande que l'écume indifférente?

Quand la marée monte, l'eau déferle,
L'ombre d'un oiseau passe, ses ailes disparaissent.
Les nuages s'abaissent, la pluie tombe et meurt,
Et toi, en silence, tu es resté ainsi depuis tant d'années.

Ô ponts noirs, tristes et solitaires,
Êtes-vous en peine lors des matinées pluvieuses?
Ressentez-vous le froid comme ce vagabond
Qui s'arrête au bord du fleuve?
Le vent d'hiver souffle comme en décembre,
Remplissant le ciel, emportant les nuages au loin.

Quand la marée baisse, le sable s'étend en vastes rives,
Les mousses et les herbes se séparent à jamais.
Tes yeux suivent l'adieu inévitable,
Comme un fleuve asséché sous le pont déserté.

Tes pas avancent, mais tes yeux se retournent,
Le pont est haut, et l'eau s'écoule loin.
Depuis mille ans, son reflet froid danse dans les profondeurs,
Mais jamais il ne pourra nous réunir.

Au matin rose, ton cœur saigne,
Quand l'automne arrive, la pluie tombe avec mélancolie.
Tu roules en silence, un tour de roue après l'autre,
Traversant trop vite des ponts sans amour.

Un matin clair, un fleuve d'un bleu éclatant,
Tes yeux suivent les oiseaux s'envolant dans l'infini.
Les oiseaux montent vers le ciel, l'eau s'écoule en bas,
Quelle tristesse d'être un vent sans repos.

Ô ponts noirs, tristes et solitaires,
Depuis tant d'années, nous restons séparés.
Alors pour l'éternité, nous attendrons en vain,
Comme un pont trop haut se mirant dans l'abîme.

THE SAD BLACK BRIDGES

You trudge along like a stranger,
Riding your bike across the bridge at dawn.
The bridge trembles like your wandering life,
So you cannot hold back your worries.

In the silent morning, the city still sleeps,
Who knows that a shadow passes in solitude?
Gazing at the deep river, your heart wants to cry,
What sorrow is greater than the indifferent waves?

When the tide rises, the water surges,
A bird's shadow soars and disappears.
The clouds descend, the rain falls and shatters,
And you, in silence, have stayed for so many years.

Oh, sad black bridges,
Do you grieve in the misty, rainy mornings?
Do you shiver like the drifting wanderer
Who stops at the riverbank?
The winter wind blows like the last days of December,
Filling the sky, sweeping the clouds far away.

When the tide recedes, the sand stretches wide,
Moss and grass now forever apart.
Your eyes follow an inevitable farewell,
Like a dried-up river beneath the lonely bridge.

Your feet move on, but your eyes linger back,
The bridge stands high, and the river flows far.
For a thousand years, its cold reflection dances in the depths,
Yet it can never bring us together.

On a rosy morning, your heart bleeds,
When autumn arrives, the rain drizzles with sorrow.
You pedal in silence, one wheel turn at a time,
Passing too quickly over bridges without love.

One clear morning, a river shines blue,
Your eyes follow birds soaring into infinity.
The birds rise to the sky, the water drifts below,
What sadness it is to be a wind that never rests.

Oh, sad black bridges,
For years, we have remained apart.
And so, for eternity, we will wait in vain,
Like a bridge too high, gazing into the abyss.

MÙA THU TRỞ LẠI TRƯỜNG

bay bay những lá me đầu tháng tám
giục em tôi ôm sách trở về trường
nghe trong lòng có một chút bâng khuâng
chân chưa bước nhưng chừng như rộn rã

con đường này, lối đi kia, quen quá
và nao nao là những buổi em về
có cậu học trò vừa biết mộng mơ
bước lẽo đẽo theo em về cuối ngõ

chớm thu sang trời làm heo may gió
cổng trường xưa thêm một chút rêu xanh
những tường vôi, mái ngói, ghế và bàn
bỗng một lúc như cùng đổi mới

rụng đi những bông phượng hồng chờ đợi
mùa thu em tôi đang trở lại trường
trong nắng vàng có thoang thoảng chút hương
hương của tóc còn thơm mùi bồ kết

hương của thời em tôi chưa biết
yêu em là yêu cái miệng em cười
thương em là thương cả đất và trời
trời đất suốt ngàn năm còn cô độc

mùa thu em tôi vừa len lén bước
nhè nhẹ thôi cho khói quyện trong hồn
chầm chậm thôi kẻo ngày sẽ điêu tàn
và chớ giẫm lên đời tôi, em nhé

vang vang những hồi chuông giục giã
đường thu reo vui nhịp guốc khua giòn
tôi biết chiều nay trong khói hoàng hôn
tôi lại đứng bên đường, chờ đợi…

1973

LE RETOUR À L'ÉCOLE EN AUTOMNE

Les feuilles de tamarin flottent en ce début d'août,
Pressant mon amour à serrer ses livres et revenir à l'école.
Dans mon cœur, une légère mélancolie,
Mes pas immobiles, mais mon âme s'agite.

Cette rue, ce sentier, tout m'est familier,
Et je me rappelle ces jours où tu rentrais chez toi.
Un jeune écolier, à peine éveillé aux rêves,
Te suivait timidement jusqu'au bout du chemin.

L'automne arrive, le vent léger de la saison,
Le portail de l'école se couvre d'un peu plus de mousse.
Les murs blanchis à la chaux, les toits de tuiles, les bancs,
Semblent soudainement se renouveler.

Les fleurs de flamboyant tombent, patientes,
L'automne ramène mon amour à l'école.
Dans la lumière dorée flotte un doux parfum,
Celui de tes cheveux, encore empreints de bois de santal.

C'est le parfum d'un temps où tu ne savais pas encore…
Aimer, c'était aimer ton sourire radieux,
T'aimer, c'était aimer la terre et le ciel,
Un ciel et une terre solitaires à jamais.

L'automne s'insinue dans tes pas légers,
Tout en douceur, pour ne pas troubler mon âme embrumée.
Va lentement, pour que le jour ne se consume pas,
Et surtout, ne piétine pas ma vie, je t'en prie.

Les cloches résonnent dans une cadence pressante,
La rue d'automne s'anime sous le claquement joyeux des sabots.
Je sais que ce soir, dans la brume du crépuscule,
Je resterai là, au bord du chemin, à t'attendre…

THE RETURN TO SCHOOL IN AUTUMN

The tamarind leaves drift in the early days of August,
Urging my love to gather her books and return to school.
In my heart, there is a hint of wistfulness,
My feet remain still, yet my soul stirs restlessly.

This road, this path, all so familiar,
And I recall the days you walked home.
A young schoolboy, just learning to dream,
Timidly followed you to the end of the alley.

Autumn arrives, bringing its cool breeze,
The old school gate gathers a touch more moss.
The whitewashed walls, the tiled roofs, the desks and chairs,
All seem to renew themselves at once.

The red flamboyant flowers fall, patiently waiting,
As autumn brings my love back to school.
In the golden sunlight, a faint fragrance lingers,
The scent of your hair, still carrying hints of sandalwood.

It is the scent of a time when you did not yet know…
To love was to love the way your lips would smile,
To cherish you was to cherish the earth and the sky,
A sky and earth forever destined for solitude.

Autumn tiptoes softly into your steps,
Gently, so as not to disturb the mist in my soul.
Slowly, so the days will not fade too soon,
And please, do not trample upon my life, my love.

The school bells ring in hurried echoes,
The autumn streets awaken to the cheerful sound of footsteps.
I know that this evening, in the mist of twilight,
I will stand once more by the roadside, waiting…

1973

CUỐI NĂM Ở TRẠM HÀNH

ngó quanh chỉ thấy rừng tiếp rừng
một trời sương trắng phủ mùa đông
những bông quì nở cùng hơi bấc
quê nhà tan với bóng sương tan

thưa mẹ, con đang ở Trạm Hành
trời đang mùa rét lạnh căm căm
cuối năm vượn hú trên kè đá
con hát nghêu ngao hát một mình

con bước lang thang bước dặm trường
nhủ lòng đâu lại chẳng quê hương
ở đâu cũng dưới trời thương nhớ
một bóng cò lặn lội bên sông

thưa mẹ, con đang ở Trạm Hành
nơi đây còn những khóm su xanh
những vườn mận chín mùa xuân mới
những đồi trà thơm ngát bình yên

những chiều hiu hắt bóng sương rơi
con thở bằng hơi thở núi đồi
con bước cùng sương đi với khói
con ăn gió lạnh uống mây trời

thưa mẹ, con đang ở Trạm Hành
đâu đây trời đất báo xuân sang
con bỗng nghe lòng con rộn rã
tiếng quê nhà giục giã trong con

cuối năm, ừ sắp hết năm rồi
nơi đây còn một bóng con thôi
ngó quanh nào biết đâu phương hướng
quê nhà, nghe xa lắc, mẹ ơi

1972

LA FIN D'ANNÉE À TRẠM HÀNH

Autour de moi, des forêts sans fin,
Un ciel d'hiver noyé dans le brouillard blanc.
Les tournesols sauvages s'épanouissent sous le vent glacial,
Ma patrie se dissout dans la brume évanescente.

Maman, je suis à Trạm Hành,
L'hiver ici est froid et mordant.
À la fin de l'année, les gibbons hurlent sur les rochers,
Je chante à haute voix, seul avec moi-même.

Je marche sans but sur les chemins lointains,
En me disant que chaque lieu est une patrie.
Partout sous ce ciel empreint de nostalgie,
Une aigrette solitaire lutte contre les flots du fleuve.

Maman, je suis à Trạm Hành,
Ici, il reste encore des bosquets de pruniers sauvages,
Des vergers où mûrissent les prunes du printemps naissant,
Et des collines de thé parfumées de sérénité.

Quand le crépuscule tombe sous la brume éparse,
Je respire à pleins poumons l'air des montagnes.
Je marche avec la brume, je me fonds dans la fumée,
Je me nourris du vent froid et bois les nuages du ciel.

Maman, je suis à Trạm Hành,
Ici, le ciel et la terre annoncent le printemps prochain.
Et soudain, je sens mon cœur s'émouvoir,
Le son de ma patrie résonne en moi avec ferveur.

La fin de l'année… oui, l'année touche à sa fin,
Ici, il ne reste que mon ombre solitaire.
Autour de moi, plus aucun repère,
Et ma patrie, oh maman, semble si lointaine…

1972

YEAR'S END IN TRẠM HÀNH

All around me, endless forests stretch,
A winter sky drowned in white mist.
Wild sunflowers bloom in the biting wind,
My homeland fades with the vanishing fog.

Mother, I am in Trạm Hành,
The winter here is bitter cold.
At year's end, gibbons cry from rocky cliffs,
I sing aloud, alone with myself.

I wander far on these endless roads,
Telling myself that every place is home.
Everywhere under this sky of longing,
A lone egret wades through the river's flow.

Mother, I am in Trạm Hành,
Here, wild plum trees still stand,
Orchards where spring's plums ripen anew,
And tea hills fragrant with serenity.

As dusk settles in the drifting mist,
I breathe in the mountains' quiet air.
I walk with the fog, dissolve into smoke,
I drink the sky and feast on the cold wind.

Mother, I am in Trạm Hành,
Here, the earth and sky whisper of spring.
And suddenly, my heart stirs with joy,
The voice of home calls out to me.

Year's end... yes, the year is fading fast,
And here, only my lone shadow remains.
I look around, lost without direction,
And home, oh mother, feels so far away...

1972

HÀNH PHƯƠNG ĐÔNG

Hỡi ơi trời đất vô cùng rộng
Nào biết tìm đâu một mái nhà
Nguyễn Bính – Hành phương nam

bạn ta, áo ngươi sao bạc thếch
chiều nay còn một ngươi với ta
ngươi nhớ gì dưới trời mây trắng
ta nhớ màu hoàng hôn năm xưa

ngươi phong trần ta cũng giang hồ
vó ngựa qua nhịp khua lóc cóc
buổi ra đi đâu mơ ngày về
nhưng chiều nay ngươi ơi ta muốn khóc

ngươi ba mươi ta cũng ba mươi
kể cũng đã mười năm rồi, xa lắc
thì vui đi cho hết một đời
rằng ta kẻ trời cho sống sót

đôi khi ta mơ một căn nhà trống
dù thu sang hay lồng lộng buổi mưa về
gõ trên quãng đời xưa mà hát
rằng ngàn năm mây trắng đời ta

bạn ta, còn đây lưng chén rượu
ta mời ngươi cạn nốt cùng ta
dẫu lòng ta bạc hay ngươi bạc
cũng cầm bằng như bóng mây qua

cũng như là những giọt máu hồng
đã nhỏ xuống trong mùa xương máu
bên trời kia, ngươi nghe gì không
tiếng ai vọng đau mấy chiều cố xứ

trong lòng ta có một dòng sông
dòng sông xưa đục mù bến nước
lau lách khuya sương lạnh hàng hàng
bạn ta hỡi, làm sao quên được

ta chợt thấy trong đôi mắt ngươi
có điều gì ngươi chưa thể nói
mây vẫn còn giăng trắng một trời
hồn ta cũng giăng đầy sương khói

có nỗi buồn nào đang len trong từng mạch máu
có mũi nhọn nào đâm trong tim ta từng cơn
cạn chén rượu thấy trời đất sụp
ta cũng như ngươi, có vui gì hơn

bạn ta, ngươi sống có bao năm
mà sương gió đầy trên mái tóc
ta cùng ngươi đi giữa phương đông
đất rộng quá nên ngàn năm còn cô độc

mây trắng quá và chiều tê tái lắm
biết về đâu giữa lúc hoàng hôn phai
ta cùng ngươi những bóng đời lếch thếch
chiều tan mau rồi vẫn bóng đêm dài

chẳng lẽ ta bắt chước người xưa
ôm chí lớn đi cùng trời đất
trăm năm rồi như bóng mây qua
chí đã cùn nên thiên thu đành chôn chặt

chẳng lẽ ta học người thất thế
mượn dăm chén rượu lãng quên đời
hay ngửa mặt ngâm câu khí khái
giữa chợ đời lê gót rong chơi

bạn ta, vui chi mà cười ngất
buồn chi đập chén vỡ tan tành
mây phương nam có khi mù phương bắc
có khi là mây chia cắt ngàn năm

ta có khi đứng bên tuyệt lộ
thấy một màu nắng úa dưới nhân gian
lớp lớp những mồ xanh bóng cỏ
huyệt sâu kia ta đã có phần

thời xuân thu chẳng thấy ngọn ngô đồng
chim phượng bay dưới trời tan tác
thời hoàng kim của mưa đổ máu hồng
kẻ thất chí nhìn trời rơi nước mắt

ta với ngươi đứng giữa vực tử sinh
vẫn thấy bay một trời mây trắng
nghe quanh đây trời đất quá điêu tàn
không còn ai giữa chiều thoi thóp nắng

trong mắt ngươi có bóng đời ta tan vỡ
có mùa đông quê cũ rét mưa phùn
có đầu thu rụng đầy bông khế
có bông cúc vàng nở rộ chớm sang xuân

có chuyến tàu đi trong chiều sương lạnh
nhả khói buồn tan với hoàng hôn
có chiếc khăn tay vẫy ngang mắt lệ
bánh sắt lăn như nghiến nát cả lòng

chiều nay đèn nhà ai thắp sáng
nghe rộn ràng bên lớp khói đùn quanh
mười năm, ta hay ngươi người viễn khách
rét về chưa mà hồn lạnh căm căm

ta cùng ngươi đi giữa phương đông
giày đã rách nhưng chân chưa thấy mỏi
vỗ trên lưng ngày tháng mà ca rằng
giữa trần gian ta như hạt bụi

bụi dẫu có ngàn năm chờ đợi
cũng ngậm ngùi tan với hư không
ngươi dẫu cạn bao nhiêu hồ rượu
cũng dễ chi đã ấm được lòng

cũng không bằng một sớm mùa đông
quàng khăn rét ngồi bên cửa sổ
hay co ro bên bếp lửa hồng
ấm đời nhau dăm câu chuyện kể

thời bây giờ ta như chim bị đạn
kêu đau thương nay đã suốt bao chiều
bay lảo đảo dưới trời hiu quạnh
đợi tan tành cùng mặt đất buồn thiu

thời bây giờ, của những giọt nước mắt
ướt đẫm khăn hồng người con gái năm xưa
thời của những khăn tang chít vội
thời ruột đau như cắt nỗi chia lìa

thời huy hoàng của những bầy quạ đen
bay phơi phới giữa phương đông hực lửa
thời của những người đã đánh mất trái tim
chỉ còn bóng hận thù vây mọi phía

cắn trong răng một trái bồ hòn
không thể nói những điều muốn nói
ta cùng ngươi những bóng đời thầm
nhìn mây trắng lòng đau vời vợi

đã bao năm dòng máu ta sắp cạn
mà nơi đây không một bóng ai về
rụng tan tác những mùa hoa rụng
mà mây thì mây trắng lê thê

ta cùng ngươi vẽ bóng mà chờ
cùng mặt đất quay theo thời chiến quốc
chiều nay còn một ngươi với ta
bước khập khiễng dưới trời cô độc

có tiếng tù và vang vang trong gió
âm thanh buồn xé vỡ không gian
cũng là lúc nụ cười ta héo hắt
chiều thê lương trời đất quá điêu tàn

có tiếng ai vọng từ muôn kiếp trước
bông hồng nào vừa rụng giữa lòng ta
trong mắt ngươi có chút gì u uất
soi long lanh bóng dáng một quê nhà

kể cũng đã mười năm rồi ngươi hỡi
ngửa nghiêng cùng lịch sử thăng trầm
vui có khi cười ra nước mắt
có khi là rượu say khướt hoàng hôn

ruột có khi tưởng lìa chín khúc
máu có khi ứ giữa buồng tim
cũng đành sống cho qua thời mạt kiếp
dù tháng ngày chụp xuống những oan khiên

bạn ta, bên kia sông là núi
núi của ngàn năm đá vọng bóng người đi
núi tiếp sông và sông tiếp biển
sông tiễn người qua bến phân ly

sông ngậm ngùi vỗ sóng thiên thu
mùa bão tới gầm lên hồi bi thiết
gờn gợn trên sóng bạc những căm thù
bởi máu đã nhuộm hồng sông nước

bấc đã lụn nên đèn leo lét
gót ai qua rờm rợp khắp non sông
trên mặt đất người người rơi nước mắt
và nơi đây ta ngậm nỗi căm hờn

ta cùng ngươi đi giữa phương đông
thương vườn ai đìu hiu dăm xác lá
mái rêu phong cửa khép im lìm
nhà ai đó giống quê nhà ta quá

giậu ai đó đỏ hàng dâm bụt
ngỡ như màu mực tím thuở mười ba
nghe thoang thoảng mùi hương sách mới
có chút gì nghèn nghẹn giữa tim ta

bóng chim nào lạc cánh cuối trời xa
đất rộng quá biết đâu là cố lý
và nơi đây hiu hắt những đời người
dài râu tóc ngồi mơ thời thịnh trị

lúc tuổi trẻ đã tan rồi chí khí
sống nửa đời ta chẳng thấy quê hương
nhìn lên cao mây còn bay lớp lớp
ta cùng ngươi quay với bóng tang thương

1971

MARCHE VERS L'ORIENT

Oh, comme le ciel et la terre sont immenses,
Mais où trouver un foyer ?
(Inspiré de Nguyễn Bính – "Marche vers le Sud")

Mon ami, pourquoi ton manteau est-il si délavé ?
Ce soir, il ne reste que toi et moi.
Que te rappelles-tu sous ce ciel chargé de nuages blancs ?
Moi, je me souviens d'un crépuscule d'autrefois.

Tu es un vagabond, et moi aussi,
Les sabots de nos chevaux résonnent sur le chemin.
Quand nous sommes partis, nous n'avons pas rêvé de retour,
Mais ce soir, mon ami, j'ai envie de pleurer.

Tu as trente ans, moi aussi,
Dix longues années nous séparent.
Alors buvons et vivons cette vie,
Car nous sommes ceux que le destin a laissés en vie.

Parfois, je rêve d'une maison vide,
Qu'importe l'automne ou les pluies violentes.
Je frappe aux portes du passé, en chantant
Que les nuages blancs accompagnent ma destinée.

Mon ami, buvons ensemble ce dernier verre,
Finissons-le avant de nous quitter.
Que tu sois infidèle ou moi-même,
Tout passe comme les nuages dans le vent.

Comme le sang versé dans les guerres,
Entends-tu, au-delà du ciel,
Les échos douloureux de notre terre natale
Criant dans l'ombre du crépuscule ?

En moi coule une rivière ancienne,
Ses eaux épaisses de souvenirs troubles.
Les roseaux frissonnent sous la brume nocturne,
Mon ami, comment pourrais-je oublier ?

Je devine quelque chose dans ton regard—
Une tristesse que tu ne peux exprimer.
Les nuages couvrent encore le ciel,
Et dans mon âme, la brume demeure.

Une peine traverse mes veines,
Un poignard caché transperce mon cœur.
Nous vidons nos coupes, le monde s'effondre—
Comme toi, mon ami, je ne ressens aucune joie.

Mon ami, combien d'années te restent-il,
Que le vent a déjà blanchi tes cheveux ?
Nous marchons vers l'Orient, errants,
Un monde trop vaste, un monde trop solitaire.

Le ciel est trop blanc, le crépuscule trop glacial—
Où aller lorsque la lumière s'efface ?
Nous sommes des ombres fatiguées et misérables,
Le soir s'éteint, et la nuit s'étire à l'infini.

Devons-nous, comme les anciens, poursuivre de grands rêves,
Errant sous ce ciel sans fin ?
Cent ans passent comme des nuages flottants,
Un idéal perdu à jamais.

Devons-nous, comme les vaincus, noyer notre vie
Dans l'oubli du vin amer ?
Ou lever la tête et réciter fièrement des vers,
Déambulant librement à travers le monde ?

Mon ami, pourquoi ris-tu aux éclats ?
Pourquoi briser ton verre en mille morceaux ?
Les nuages du Sud parfois voilent le Nord,
Parfois, ils nous séparent pour l'éternité.

J'ai vu l'abîme de la mort,
Et le soleil se faner sur la terre.
Des tombes sur des tombes, l'herbe y pousse,
Et déjà l'abîme m'appelle par mon nom.

L'âge des rois ne connaît plus d'arbre sacré,
Aucun oiseau d'or ne s'envole sous ce ciel brisé.
L'âge des pluies teintées de sang est venu,
Les cœurs brisés pleurent sous les cieux.

Toi et moi, nous sommes au seuil de la vie,
Mais le ciel est encore rempli de nuages blancs.
Tout autour, le monde tombe en ruines,
Il ne reste plus personne sous ce soleil déclinant.

Dans tes yeux, je vois ma propre chute,
Un hiver pluvieux sur ma terre natale,
Un automne où tombent des fruits étoilés,
Un chrysanthème jaune s'ouvrant au printemps.

Un train part dans la brume du soir,
Son souffle de tristesse se dissipe dans le crépuscule.
Une main agite un mouchoir plein de larmes,
Les roues d'acier roulent comme si elles broyaient mon cœur.

Ce soir, une lumière s'allume dans une maison lointaine,
La fumée tourbillonne dans l'air, mêlée aux rires.
Dix ans—était-ce toi ou moi, l'étranger ?
L'hiver est-il venu ? Mon âme est glacée.

Toi et moi marchons vers l'Orient,
Nos chaussures sont usées, mais nous avançons encore.
Nous battons le temps sur nos épaules et chantons,
Errant comme des grains de poussière dans ce monde.

Et même si la poussière attend mille ans,
Elle finira par se dissoudre dans le néant.
Même si tu bois mille lacs de vin,
Tu n'éprouveras jamais de chaleur véritable.

Rien n'égale un matin d'hiver,
Enveloppé d'une écharpe derrière la fenêtre,
Ou recroquevillé près d'un feu rougeoyant,
Partageant un conte réconfortant.

Aujourd'hui, je suis un oiseau blessé,
Poussant un cri de douleur dans le crépuscule.
Je vacille sous ce ciel vide,
Attendant de m'écraser contre la terre.

Aujourd'hui, les larmes tachent les mouchoirs des jeunes filles,
Attachés en hâte en signe de deuil.
L'âge du chagrin déchire nos âmes,
Coupant les vies d'un coup de lame impitoyable.

L'âge doré des corbeaux en vol,
Leurs ailes noires flamboyant dans un ciel de feu.
L'âge des cœurs perdus depuis longtemps,
Où la haine plane de toutes parts.

Je mords un fruit amer entre mes dents,
Incapable de dire ce que je veux.
Toi et moi, ombres silencieuses,
Regardons les nuages blancs avec une douleur infinie.

Depuis des années, mon sang s'épuise,
Et aucun visage familier ne revient.
Les fleurs tombent et se dispersent avec le vent,
Mais les nuages blancs flottent toujours, sans fin.

Toi et moi dessinons des ombres en attendant,
Nous tournons avec les guerres du temps.
Ce soir, il ne reste que toi et moi,
Boitant sous ce ciel solitaire.

Un cor de guerre hurle à travers le vent,
Un son triste déchire l'espace.
Et en cet instant, mon sourire se fane—
Le monde s'effondre sous la dernière lumière du jour.

Une voix appelle depuis mille vies passées,
Une rose vient de tomber dans mon âme.
Dans tes yeux brille une tristesse profonde,
Miroitant la silhouette d'une patrie oubliée.

Dix ans se sont écoulés, mon ami,
Nous avons oscillé avec l'histoire et ses tourments.
Nous avons ri, parfois en larmes,
Nous avons noyé nos peines dans le vin amer.

Parfois, mon cœur semblait se briser,
Mon sang s'épaississait sous la douleur.
Mais nous devons survivre à cet âge maudit,
Même si chaque jour s'écrase sur nous avec son poids de souffrance.

Mon ami, au-delà du fleuve, il y a la montagne,
Ses falaises regardent ceux qui partent.
Les montagnes rejoignent les rivières, les rivières la mer,
Les eaux emportent les adieux.

Le fleuve soupire à travers l'éternité,
Les tempêtes rugissent et pleurent de douleur.
Sur les vagues argentées flotte une rancune,
Car le sang a teinté ces eaux en rouge.

1971

MARCHING EASTWARD

Oh, how vast the sky and earth stretch wide,
Yet where to find a place called home?
(Inspired by Nguyễn Bính – "Marching Southward")

My friend, why is your coat so faded?
Tonight, it's just you and me left.
What do you remember beneath these white clouds?
I recall a sunset from years ago.

You are a wanderer, and so am I,
The sound of horse hooves echoes our paths.
When we departed, we never dreamed of return,
Yet tonight, my friend, I wish I could cry.

You are thirty, and so am I,
It's been ten long years of distance.
So let's drink and live out this life,
As ones whom fate has let survive.

Sometimes I dream of an empty house,
Whether autumn arrives or rains howl through.
Knocking upon the echoes of an old life,
Singing that white clouds drift forever in my fate.

My friend, here's one last sip of wine,
Let's drink it dry before we part.
Whether you are unfaithful or I am,
Let it pass like fleeting clouds.

Like crimson drops shed in wars,
Can you hear, beyond the sky,
The painful echoes of our homeland
Crying out through fading afternoons?

Within me flows an ancient river,
Its waters thick with murky memories.
The reeds at midnight stand cold in the mist,
My friend, how can I ever forget?

I glimpse something in your eyes—
A sorrow you have yet to speak.
The clouds still stretch across the sky,
And in my soul, the mist lingers thick.

Some sadness seeps into my veins,
A hidden blade stabs through my heart.
We drain our cups, the world collapses—
Like you, my friend, I find no joy.

My friend, how many years remain for you,
That storms have silvered your hair so soon?
We walk eastward, lost in this vast land,
Too wide to grasp, too lonely to belong.

The sky is too white, the dusk too mournful—
Where do we go as twilight fades?
We are but shadows, weary and tattered,
Evening fades, yet night stretches on.

Shall we, like the ancients, chase great dreams,
Wandering beneath this endless sky?
A hundred years pass like drifting clouds,
A lost ambition buried for eternity.

Shall we, like the fallen, drown in drink,
Forgetting life in cups of wine?
Or raise our voices, reciting fierce verses,
Roaming the world with feet unshackled?

My friend, why laugh so wildly?
Why shatter the cup in sorrow?
Southern clouds sometimes veil the North,
Sometimes they divide us for eternity.

I have stood before the brink of death,
And seen the sun fade pale upon the earth.
Graves upon graves, grass growing tall,
The deep abyss already calls my name.

The age of kings bears no phoenix tree,
No golden bird soaring through the sky.
The age of blood-stained rain has come,
The broken-hearted weep beneath the heavens.

You and I stand at life's edge,
Yet still, the sky is filled with white clouds.
All around, the world crumbles to dust,
No one remains in this fading light.

In your eyes, I see my own shattered fate,
A winter of rain upon my homeland,
An autumn with golden starfruit falling,
A yellow chrysanthemum blooming in spring's first breath.

A train departs in the misty dusk,
Its sorrowful smoke dissolves with twilight.
A waving hand hides a tear-streaked face,
Steel wheels grind as if crushing my soul.

Tonight, in a distant home, a light glows warm,
Smoke curls in the air with cheerful voices.
Ten years—was it you or I, the traveler?
Has winter come? My soul is frozen still.

You and I march eastward,
Our shoes are torn, yet our steps do not falter.
Clapping time upon our backs, we sing,
Drifting like dust upon this world.

And though dust may wait a thousand years,
It still must vanish into the void.
Though you drink a thousand lakes of wine,
It will never bring true warmth.

Not like a winter's dawn,
Wrapped in a scarf by the window,
Or curled beside a glowing hearth,
Finding comfort in an old tale told.

These days, I am a wounded bird,
Crying out my sorrow in endless dusk.
I stagger beneath the empty sky,
Waiting to shatter upon the earth.

These days, tears stain maiden's scarves,
Hastily tied in mourning knots.
The age of sorrow cuts through our souls,
Severing lives with ruthless steel.

The golden age of crows in flight,
Black wings flaring against fiery skies.
The age of hearts long lost,
Where hatred's shadow haunts all sides.

I bite my tongue upon a bitter fruit,
Unable to speak the words I wish.
You and I, shadows lost in silence,
Gazing at white clouds with aching hearts.

For years, my blood has nearly run dry,
Yet no familiar face returns to me.
Flowers fall and scatter with the wind,
And still, the clouds drift endlessly.

You and I paint shadows upon the ground,
Turning with the wars of time.
Tonight, it's just you and me,
Walking unsteadily beneath this lonely sky.

A distant war horn howls through the wind,
Its sorrowful echoes tear through space.
And in that moment, my smile withers—
The world lies broken at dusk's last breath.

A voice calls from a thousand lifetimes past,
A single rose falls within my soul.
In your eyes, something bitter glows,
Reflecting a homeland left far behind.

It has been ten long years, my friend,
We have swayed with history's rise and fall.
We have laughed, sometimes with tears,
And drowned our sorrows in bitter wine.

Sometimes, my ribs felt torn apart,
My blood thickened with unshed grief.
Yet we must live through this dark age,
Though days fall heavy with unseen wounds.

My friend, beyond the river lies the mountain,
Its cliffs stand watching those who leave.
Mountains lead to rivers, rivers to seas,
The water carries away all farewells.

The river sighs through endless time,
Storms rage and cry with mournful howls.
Upon silver waves, vengeance lingers,
For blood has stained these waters red.

The lamp's flame flickers, nearly spent,
Footsteps rustle across the land.
Upon the earth, countless tears are shed,
And here I stand, choking on my rage.

You and I march eastward,
Past gardens barren with fallen leaves.
A moss-covered house, its doors shut tight—
Whose home is this, so like my own?

Whose fence blooms with hibiscus red,
Like the ink of childhood notebooks?
The scent of fresh books lingers faintly,
A lump rises deep within my throat.

A lone bird drifts against the fading sky,
The world too vast to call one place home.
And here, lives fade into gray,
Beards grown long with dreams of a golden age.

Yet youth has gone, and so has will,
Half a life lived without a home.
Above, the clouds still drift in layers,
You and I turn within a wheel of sorrow.

1971

THƠ TẶNG NGƯỜI TUỔI TRẺ

ba mươi chưa hỡi người tuổi trẻ
mà trông như tóc đã hoa râm
chân đã mỏi trên đường phiêu lãng
cuộc bể dâu vùi dập biết bao lần

tàn giấc mộng tỉnh ra mới biết
đời buồn tênh vẫn cứ buồn tênh
đời trăm năm chìm sương khuất khói
sẽ tan tành như cát bụi phù vân

có lúc vỗ lưng bầu rượu cạn
dang tay mời tri kỷ uống cùng
chiều kia đứng bên cầu soi bóng
mới biết mình áo rách đã bao năm

sớm tinh sương nghe chim sáo hót
à thì ra thu đã sắp tàn
thu mây bay thu gió về hiu hắt
thu lá vàng rụng suốt mấy mùa tang

bầu rượu cạn cạn bầu rượu cạn
tàn đêm sương ngất ngưởng một mình
phút cuồng nộ đập tan chí khí
hồ vinh danh ta đã vô danh

hổ trăm năm thét lời bi tráng
nhìn non sông một thuở ngậm ngùi
gió bắc phương tạt ngoài biên giới
lửa tây phương cháy đỏ một trời

có khi đẩy bạo tàn một phía
đoạn mời người thù tạc cùng ta
say một giấc mộng đời tan nát
mấy năm trời còn đây chén hoàng hoa

mấy năm ròng lang thang lếch thếch
ngó lại mình còn đâu nữa ngày xưa
thân tàn tạ như thu vàng xác lá
nửa đời người như một giấc mơ

ô ta sống trên trời hay dưới đất
ha ha ha đời có chi vui
sông với núi sầu che lấp kín
nửa đời ta một bóng ta thôi

1971

POÈME POUR LA JEUNESSE

Trente ans déjà, ô jeunesse,
Mais tes cheveux semblent blanchis par le temps.
Tes pas sont las sur la route errante,
La vie en tourmente t'a brisé tant de fois.

Quand le rêve s'éteint, tu réalises enfin
Que la vie est triste, toujours aussi triste.
Cent ans de vie noyés dans brume et fumée,
Bientôt dispersés comme poussière et nuage.

Parfois, tu tapes sur la gourde vide,
Invitant un ami à boire avec toi.
Un soir, debout sur un pont, ton reflet dans l'eau
Te rappelle que ton manteau est en lambeaux depuis longtemps.

À l'aube, le chant des oiseaux te réveille,
Ah, alors l'automne touche à sa fin !
Les nuages errants, le vent glacé de l'automne,
Et les feuilles jaunes tombant au fil des saisons de deuil.

Gourde vide, encore et encore vide,
Seul sous la rosée d'une nuit mourante.
Dans un instant de rage, tu brises ta volonté,
Dans l'histoire du monde, ton nom restera inconnu.

Les siècles crient des mots héroïques,
Contemplant la terre natale avec tristesse.
Le vent du Nord souffle à la frontière,
Tandis que le feu de l'Ouest embrase le ciel.

Parfois, repoussant la tyrannie d'un côté,
Tu invites ton ennemi à boire un verre.
Ivres, vous rêvez d'un monde en ruines,
Mais après tant d'années, seul reste ce vin d'adieu.

Des années d'errance misérable,
Regarde-toi, que reste-t-il d'hier ?
Un corps brisé comme une feuille d'automne fanée,
Une demi-vie vécue comme un songe éphémère.

Vivons-nous au ciel ou sur terre ?
Ha ha ha ! Quelle joie y a-t-il en ce monde ?
Les rivières et montagnes noyées dans le chagrin,
Une demi-vie, et je ne suis qu'une ombre solitaire.

1971

A POEM FOR THE YOUTH

Thirty years already, oh youth,
Yet your hair seems streaked with gray.
Your weary steps wander on endless roads,
Life's tempests have crushed you countless times.

When the dream fades, you finally realize
That life is sorrowful, always sorrowful.
A hundred years of existence shrouded in mist and smoke,
Soon to dissolve like dust and drifting clouds.

At times, you tap on an empty wine flask,
Inviting a friend to drink with you.
One evening, standing on a bridge, gazing at your reflection,
You see your coat has been tattered for years.

At dawn, the blackbird sings,
Ah, so autumn is nearing its end!
Wandering clouds, the autumn wind sighs,
Golden leaves fall through seasons of mourning.

An empty flask, empty once more,
Alone beneath the fading night's dew.
In a moment of fury, you shatter your resolve,
In history's annals, your name will remain unknown.

The centuries cry out heroic words,
Gazing at the homeland with silent grief.
The northern wind lashes against the borders,
While the western fire paints the sky crimson.

Sometimes, pushing tyranny to one side,
You invite your enemy to share a drink.
Drunken, you dream of a world in ruins,
Yet after all these years, only this farewell cup remains.

Years of wandering in misery,
Look at yourself—where is yesterday?
A broken body like a withered autumn leaf,
A half-lived life, fleeting as a dream.

Are we living in the heavens or on earth?
Ha ha ha! What joy is there in this world?
Rivers and mountains drowned in sorrow,
A half-lived life, and I am but a solitary shadow.

1971

GIÁNG SINH Ở VIỆT NAM

nghe trong tiếng nhạc vàng réo rắt
gót chân ai bước xuống bên đời
cả trần gian nở hoa thơm ngát
hãy cùng nhau quì xuống đợi tin Người

lạy Chúa tôi đêm nay Người đã đến
mưa ngoài trời đang tạt giữa hồn tôi
tim có se nhưng máu tôi vẫn chảy
đời buồn tênh vẫn mỉm môi cười

giữa phù vinh có khi buồn ứa máu
sống như là đã chết giữa vô tăm
vẫn biết Người có trái tim nhân ái
mặt đất này còn đợi phúc Người ban

vẫn biết Người sáng danh Thiên Chúa
trong hồn tôi là bóng mát hiển linh
nên đêm nay tôi nghe lòng phơi phới
dù phúc kia đâu phải riêng mình

lạy Chúa tôi đêm nay Người có thấy
đường tôi đi lớp lớp mộ bia xanh
có phải sống là tự mình hủy diệt
tự lưu đày giữa biên giới phân tranh

có phải sống là rơi nước mắt
khóc ngậm ngùi bên những dải khăn tang
Chúa tôi ơi Người có nghe tiếng súng
nổ bên trời hiu hắt giọt mưa sương

tôi vẫn đợi một ngày được thấy
chút yên bình của thuở xa xưa
và trên cánh đồng thơm lúa chín
cánh diều bay trong gió dật dờ

tôi vẫn mơ có một chiều trở lại
những con đường rộn rã bước chân quen
hay giữa lòng heo may tháng chạp
tiếng còi tàu giục giã đêm đêm

nhạc vẫn trổi bên bờ vô tận
hãy cúi đầu chờ đợi phút linh thiêng
dìu dặt tiếng thánh ca trong mưa bấc
nghe vang vang trên mặt đất ưu phiền

lạy Chúa tôi đêm nay Người đã đến
trong hồn tôi hoa nở đóa nhiệm mầu
trăm năm sau dưới trời cô độc
tạ ơn Người này một trái tim đau

1970

NOËL AU VIETNAM

Dans la musique dorée qui résonne doucement,
Des pas résonnent sur le chemin de la vie.
Le monde entier s'épanouit en fleurs parfumées,
Agenouillons-nous ensemble, attendant la bonne nouvelle.

Ô mon Seigneur, cette nuit Vous êtes venu,
La pluie tombe dehors, battant mon âme.
Mon cœur se serre, mais mon sang coule encore,
Même si la vie est triste, mes lèvres esquissent un sourire.

Au milieu des vanités, parfois la douleur fait saigner,
Vivre, c'est comme être mort dans l'oubli.
Je sais que Votre cœur est rempli de miséricorde,
Et que cette terre attend encore Votre grâce.

Je sais que Vous glorifiez le Seigneur,
Et qu'en mon âme, Votre ombre sacrée m'apaise.
Ainsi, cette nuit, mon cœur s'allège,
Même si cette bénédiction ne m'appartient pas seul.

Ô mon Seigneur, voyez-Vous ce soir
Que mon chemin est jonché de tombes verdies ?
Vivre, est-ce s'anéantir soi-même,
S'exiler dans une frontière déchirée par la guerre ?

Vivre, est-ce pleurer sans fin,
Sangloter en silence devant les rubans de deuil ?
Ô mon Seigneur, entendez-Vous ces coups de feu
Qui éclatent au loin, mêlés aux gouttes de pluie glacées ?

J'attends encore le jour béni
Où renaîtra la paix d'antan,
Où, sur les champs de rizières dorées,
Des cerfs-volants danseront dans le vent léger.

Je rêve encore d'un soir de retour,
De ces rues animées par des pas familiers,
Ou du vent froid de décembre soufflant
Sur les quais où siffle le train de minuit.

La musique s'élève aux rives de l'infini,
Baissons la tête en attente du moment sacré.
Un chant sacré résonne dans le vent d'hiver,
Vibrant sur cette terre chargée de tristesse.

Ô mon Seigneur, cette nuit Vous êtes venu,
Et dans mon âme, une fleur miraculeuse s'épanouit.
Dans cent ans, sous un ciel solitaire,
Je Vous rends grâce avec ce cœur meurtri.

1970

CHRISTMAS IN VIETNAM

Amidst the golden music gently playing,
Footsteps echo along life's path.
The whole world blooms with fragrant flowers,
Let us kneel together, awaiting His word.

Oh Lord, tonight You have come,
The rain outside beats against my soul.
My heart tightens, yet my blood still flows,
Life is sorrowful, yet I still smile.

In fleeting glories, sometimes hearts bleed,
Living feels like dying in oblivion.
I know Your heart is filled with mercy,
And this earth still longs for Your grace.

I know You shine with divine light,
And in my soul, Your sacred shadow brings peace.
So tonight, my heart feels light,
Even if this blessing is not mine alone.

Oh Lord, do You see tonight
That my path is lined with endless graves?
Is living merely self-destruction,
An exile amidst divided borders?

Is living only tears falling silently,
Weeping before mourning shrouds?
Oh Lord, do You hear the gunfire
Bursting beyond, lost in misty rain?

I still await the day I see
A glimpse of the peaceful past,
And on golden rice fields,
Kites soaring in the wandering wind.

I still dream of an evening return,
The streets alive with familiar steps,
Or the chilly December breeze
As midnight trains whistle through the night.

Music drifts on the shores of infinity,
Bow your head and await the sacred hour.
A hymn echoes in the biting wind,
Resounding across this sorrowful land.

Oh Lord, tonight You have come,
And in my soul, a miraculous flower blooms.
A hundred years from now, under a desolate sky,
I give thanks to You—with this aching heart.

1970

ĐÃ QUA RỒI MỘT MÙA ĐÔNG

hôm em ở bệnh viện về
cụm hoa trước ngõ cũng vừa ra bông
đã qua rồi một mùa đông
và qua rồi những ngày không tiếng cười
em đi xe lăn mà vui
lăn đi em nhé cho đời bớt đau
tôi đưa em ra vườn sau
để nhìn lại mấy luống rau em trồng
hái tặng em một đóa hồng
và chia nhau nỗi long đong xứ người
em đi xe lăn mà vui
lăn đi em nhé cho vơi nỗi buồn
đưa em về phía con đường
có con sóc nhỏ vẫn thường chào em
hát em nghe bài Je t'aime
kể em nghe lại chuyện tình Cúc Hoa
em đi xe lăn về nhà
mùa xuân nhè nhẹ bước qua bậc thềm

L'HIVER EST PASSÉ

Le jour où tu es sortie de l'hôpital,
Les fleurs devant la porte venaient d'éclore.
L'hiver est passé, désormais révolu,
Et avec lui, ces jours sans éclats de rire.

Tu roules en fauteuil, mais ton cœur est léger,
Roule encore, pour alléger la douleur.
Je t'emmène voir le jardin d'arrière-cour,
Pour revoir ces rangées de légumes que tu avais plantées.

Je cueille pour toi une rose en cadeau,
Et partage avec toi l'errance de l'exil.
Tu roules en fauteuil, mais ton cœur est léger,
Roule encore, pour chasser le chagrin.

Je te conduis vers le sentier familier,
Où l'écureuil t'accueille, comme à son habitude.
Je te chante Je t'aime,
Et te raconte encore l'histoire de Cúc Hoa.

Tu roules en fauteuil, de retour chez toi,
Pendant qu'un doux printemps franchit le seuil.

WINTER HAS PASSED

The day you came home from the hospital,
The flowers at the gate had just begun to bloom.
Winter has passed, now gone for good,
And with it, the days without laughter.

You roll in your wheelchair, but your heart is light,
Roll on, my dear, to ease the pain.
I take you to the backyard garden,
To see again the rows of greens you once planted.

I pick a rose to give to you,
And share with you the wandering life of exile.
You roll in your wheelchair, but your heart is light,
Roll on, my dear, to chase away the sorrow.

I lead you toward the familiar road,
Where the little squirrel still greets you as always.
I sing Je t'aime for you,
And tell you once more the tale of Cúc Hoa.

You roll in your wheelchair, returning home,
As a gentle spring steps softly across the threshold.

BẠCH TIỄN TÔI Ở NGÃ BA DUỒNG

tay chưa vẫy mà lòng nghe ứa lệ
người tiễn tôi một sớm mùa thu
cám ơn em, hỡi người thiếu nữ
thôi, chia tay, xe lăn giữa bụi mù

trong phút đó sao người chẳng nói
dù một lời cũng đủ buổi xa nhau
và trong mắt người có gì buồn bã
thoáng ngượng ngùng rồi sẽ quay mau

hình như gió lộng qua màu áo
tóc người che mấy cõi trời sầu
xe lăn bánh tôi âm thầm khóc
có xa rồi lòng mới thấy đau

người tiễn tôi một sớm mùa thu
vàng dáng lá như dáng người tha thướt
đường thì xa vạn dặm mịt mù
những oan nghiệt làm sao ngờ được

tôi phong sương nên không hề biết
con đường nào có lá me bay
con đường nào chân người in dấu
những tình buồn giữa buổi thu phai

người cũng hiểu đời một tên đãng tử
có gì đâu ngoài cuộc sống buồn tênh
những thu qua rồi những mùa thu tới
một mình tôi rồi vẫn một mình

người cũng thấy áo tôi không đủ ấm
chưa ba mươi mà tóc bạc trắng đời trai
ngày tháng cứ lạnh lùng một bóng
tôi điêu linh nay đã mấy năm rồi

có lúc tôi nhủ thầm đời lạ nhỉ
tôi mà cũng có người đưa tiễn ư
tôi mà cũng có người con gái dáng như thu
cầm tay khóc giữa tình đời bội bạc

bởi thế nên cám ơn, người nhé
xe lăn đi là cách biệt ngàn trùng
xe lăn rồi bụi mù trời giông bão
tóc thu người bay giữa hư không

1970

BACH M'A DIT ADIEU AU CROISEMENT DUONG

Sans même agiter la main, mon cœur se serre,
Tu me fais tes adieux un matin d'automne.
Merci à toi, ô jeune fille tendre,
Adieu… La voiture s'éloigne dans la poussière.

À cet instant, pourquoi n'as-tu rien dit ?
Un seul mot aurait suffi pour cet au revoir.
Et dans tes yeux, il y avait une tristesse,
Un instant de gêne, puis tu t'es retournée.

Le vent semblait danser sur ton vêtement,
Tes cheveux cachaient les cieux en pleurs.
Les roues tournent, et moi, en silence,
Je pleure en sentant la douleur de l'éloignement.

Tu me faisais tes adieux un matin d'automne,
Les feuilles dorées flottaient comme ta silhouette,
La route est longue, brumeuse et incertaine,
Qui aurait pu prévoir tant d'épreuves ?

Marqué par l'errance, je n'ai jamais su
Quelle route voyait tomber les feuilles de tamarin,
Quelle route gardait l'empreinte de tes pas,
Témoins d'amours fanées sous l'automne finissant.

Tu le sais bien, ma vie est celle d'un vagabond,
Rien d'autre qu'une existence mélancolique.
Les automnes passent, d'autres viendront,
Mais moi, je resterai toujours seul.

Tu l'as vu, mes habits ne me protègent pas du froid,
À même pas trente ans, mes cheveux sont déjà blancs.
Les jours et les nuits, solitaire et glacé,
J'erre ainsi depuis tant d'années.

Parfois, je me dis que la vie est étrange :
Moi aussi, j'ai droit à des adieux ?
Moi aussi, une femme à la grâce automnale
Me tient la main en pleurant l'ingratitude du destin ?

C'est pourquoi… merci, ô toi,
La voiture s'éloigne, l'adieu est éternel.
Elle roule, soulevant tempêtes et poussières,
Et tes cheveux d'automne s'effacent dans le néant.

1970

FAREWELL AT DUONG CROSSROADS

Without even waving my hand, my heart fills with tears,
You bid me farewell on an autumn morning.
Thank you, oh gentle young woman,
Goodbye… The car rolls away in a cloud of dust.

At that moment, why did you say nothing?
A single word would have been enough for this farewell.
And in your eyes, there was a quiet sorrow,
A fleeting hesitation before turning away.

The wind seemed to dance upon your dress,
Your hair veiled the sky in mourning.
The wheels turned, and in silence,
I wept, feeling the pain of distance.

You bid me farewell on an autumn morning,
Golden leaves drifted like your silhouette.
The road ahead stretches far and hazy,
Who could have foreseen such trials ahead?

A wanderer at heart, I have never known
Which road bore the falling tamarind leaves,
Which path kept the traces of your footsteps,
Marking silent sorrows of fading autumn love.

You understand, my life is that of a drifter,
Nothing but a sorrowful existence.
Autumns have passed, and more will come,
Yet I will remain alone.

You saw it too—my clothes are thin,
Not yet thirty, but my hair is turning white.
Through days and nights, cold and wandering,
I have been adrift for countless years.

At times, I wonder how strange life is:
Could it be that even I have someone to bid me farewell?
That even I, a man lost in autumn's grace,
Might have a woman holding my hand, weeping at life's betrayals?

And so… thank you, my dear.
The car moves on, parting us forever.
It rolls ahead, stirring storms and dust,
And your autumn hair vanishes into the void.

1970

THƠ TẶNG
NGƯỜI THI SĨ Ở GARLAND

Gửi anh Nguyễn Xuân Thiệp

nâng ly nào, mừng ngày chàng trở lại
mừng người thi sĩ đến từ Garland vẫn hồn nhiên vẫn vô tư
như thời Hoa Hồng
tặng cho chàng một đóa Phù Dung
và nghe chàng đọc thơ
tôi khóc, những đôi giày bên bờ sông Danube
nâng ly nào, hỡi người thi sĩ cô đơn đến từ Texas
buổi chiều sơn dầu ở studio Trương Vũ đầy tranh
buổi chiều miền đông với những đồng cỏ xanh
chàng nói về thơ
về những bài tản mạn bên tách cà phê
về phố văn
và những tháng năm tràn đầy kỷ niệm
nâng ly nào, hỡi người thi sĩ hào hoa của một thời Đà Lạt
buổi chiều trở về từ ký ức chiến tranh
nhắc với nhau về những kỷ niệm không quên
thương bạn bè người còn kẻ mất
và không quên một ly cho người họa sĩ ở đường Natick
hoàng hôn xuống dần trong nỗi nhớ mênh mang

3 tháng 7.2017

POÈME POUR LE POÈTE DE GARLAND

À Nguyễn Xuân Thiệp

Trinquons, célébrons le retour du poète,
Celui qui vient de Garland, toujours insouciant,
Toujours léger comme au temps des Roses.
Offrons-lui une fleur de hibiscus,
Écoutons-le déclamer ses vers,
Et moi, je pleure… ces souliers sur les rives du Danube.

Trinquons, ô poète solitaire venu du Texas,
En cette après-midi baignée d'huile et de couleurs
Dans l'atelier de Trương Vũ, rempli de toiles.
Un après-midi à l'Est, parmi les vastes prairies,
Tu parles de poésie,
De tes essais, écrits au bord d'une tasse de café,
Du "Phố Văn",
Des années pleines de souvenirs.

Trinquons, ô poète élégant du temps de Đà Lạt,
Un après-midi revenu des mémoires de guerre,
Évoquons ensemble ces souvenirs indélébiles,
Nos amis d'hier, certains présents, d'autres disparus.
Et n'oublions pas un verre pour l'artiste de Natick,
Alors que le crépuscule descend dans l'infini du souvenir.

3 juillet 2017

A POEM FOR THE POET IN GARLAND

For Nguyễn Xuân Thiệp

Raise a glass, let us celebrate your return,
The poet from Garland, still carefree,
Still lighthearted as in the days of Roses.
I offer you a hibiscus bloom
And listen to you recite poetry,
And I weep… for the shoes on the banks of the Danube.

Raise a glass, oh lonely poet from Texas,
On this afternoon of oil and colors
In Trương Vũ's studio, filled with paintings.
An afternoon in the East, among endless fields,
You speak of poetry,
Of your essays, written over cups of coffee,
Of Phố Văn,
Of years overflowing with memories.

Raise a glass, oh charming poet of Đà Lạt's past,
An afternoon returning from the memories of war,
Reminiscing about unforgettable days,
Of friends, some still here, others lost.
And let us not forget a glass
For the artist on Natick Street,
As twilight slowly falls into the vastness of longing.

July 3, 2017

CHIỀU ĐI NGANG QUA THUNG LŨNG FOX

cho Hoa, sinh nhật em

một hôm mây trắng tôi về
qua thung lũng Fox lòng nghe ngậm ngùi
nhớ Đà Lạt quá, em ơi!
và mây trắng với những đồi thông xưa
chờ nhau, mấy giọt cà phê
nhìn nhau, một nụ hôn vừa trao nhau
bây giờ, bốn mươi năm sau
tôi về, mây trắng trên đầu bay ngang
vẫn cùng em đi lang thang
vẫn yêu em đến vô vàn, biết không?
vẫn yêu Đà Lạt vô cùng

6 tháng 6.2017

SOIRÉE À TRAVERS LA VALLÉE DE FOX

Pour Hoa, à l'occasion de ton anniversaire

Un jour, sous les nuages blancs, je suis revenu,
Traversant la vallée de Fox, le cœur empli de nostalgie.
Ô ma chère, comme Đà Lạt me manque !
Et ces nuages blancs sur les collines de pins d'autrefois…

Nous attendions, quelques gouttes de café,
Nos regards croisaient un baiser échangé.
Et maintenant, quarante ans plus tard,
Je reviens, les nuages planant au-dessus de ma tête.

Toujours errant avec toi, main dans la main,
Toujours t'aimant infiniment, le sais-tu ?
Toujours aimant Đà Lạt de tout mon être.

6 juin 2017

AN EVENING PASSING THROUGH FOX VALLEY

For Hoa, on your birthday

One day, under the white clouds, I returned,
Passing through Fox Valley, my heart filled with nostalgia.
Oh my dear, how I miss Đà Lạt!
And the white clouds over the old pine hills…

We waited, sipping a few drops of coffee,
Our eyes met in a kiss exchanged.
And now, forty years later,
I return, with clouds drifting above my head.

Still wandering with you, hand in hand,
Still loving you endlessly, do you know that?
Still loving Đà Lạt with all my heart.

June 6, 2017

CÚC HOA
TRANH TRƯƠNG VŨ

Ở NEW JERSEY, GẶP LẠI PHẠM VĂN NHÀN

sau chiến tranh chúng ta là những người sống sót
còn gặp lại nhau là đủ vui rồi
đêm ở New Jersey
nhắc với nhau về những ngày tháng xa xôi
về người bạn để thơ trên vách tường năm ấy (1)
về người bạn lên Pleime rồi chẳng bao giờ trở lại (2)
về người bạn mấy lần bị thương ở Bình Định Qui Nhơn (3)
về cà phê quán sớm bên đường
về căn nhà cửa không bao giờ khóa
từ chiến trường
bạn trở về nơi đó
lặng lẽ ngồi nơi chiếc bàn bên cửa sổ
viết truyện thời chiến tranh
viết thật nhanh – mai còn đi hành quân
viết cho kịp – biết đâu không còn gặp lại bạn bè khu sáu
và bạn tôi như thuyền không bến đậu
ngày ở cao nguyên đêm xuống đồng bằng
ôi một thời đi giữa chiến tranh
sống và chết chỉ cách nhau trong tích tắc
sau chiến tranh chúng ta là những người sống sót
còn gặp lại nhau là đủ vui rồi
cụng ly nào! – mai mình lại chia tay

7 tháng 5.2017

À NEW JERSEY, RETROUVAILLES AVEC PHẠM VĂN NHÀN

Après la guerre, nous sommes ceux qui ont survécu,
Se revoir, c'est déjà une joie suffisante.
Une nuit à New Jersey,
Nous évoquons ensemble ces jours lointains,

Un ami qui écrivait des poèmes sur un mur,
Un ami parti à Pleime et qui ne revint jamais,
Un ami blessé plusieurs fois à Bình Định, Qui Nhơn,
Le café du matin dans un petit bistrot au bord de la route,
La maison dont la porte ne se fermait jamais…

Depuis le champ de bataille,
Tu es revenu là-bas,
Silencieusement assis près de la fenêtre,
Écrivant des récits de guerre,
Écrivant à toute vitesse – demain, il faudra repartir en mission,
Écrivant pour ne pas oublier – qui sait si nous nous reverrons encore?

Mon ami, toi, un bateau sans port d'attache,
Le jour sur les hauts plateaux, la nuit dans les plaines.
Oh, ce temps où nous marchions au cœur de la guerre,
Où la vie et la mort ne tenaient qu'à un instant…

Après la guerre, nous sommes ceux qui ont survécu,
Se revoir, c'est déjà une joie suffisante.
Trinquons ensemble ! – demain, il faudra encore se dire adieu.

7 mai 2017

IN NEW JERSEY,
REUNITING WITH PHẠM VĂN NHÀN

After the war, we are the ones who survived,
Seeing each other again is already enough joy.
A night in New Jersey,
We reminisce about the distant past,

About the friend who wrote poetry on a wall,
About the friend who went to Pleime and never returned,
About the friend wounded multiple times in Bình Định, Qui Nhơn,
About morning coffee at a roadside café,
About the house whose door was never locked…

From the battlefield,
You returned to that place,
Sitting silently by the window,
Writing stories of war,
Writing quickly – tomorrow, another mission awaits,
Writing to keep up – who knows if we'll see our friends from Zone Six again?

And my friend, like a boat with no harbor,
By day in the highlands, by night in the plains.
Oh, that time when we walked through war,
Where life and death were separated by mere seconds…

After the war, we are the ones who survived,
Seeing each other again is already enough joy.
Let's raise a glass! – tomorrow, we part ways once more.

May 7, 2017

TÔI VỀ BELLINGHAM CHIỀU NAY

Nhớ anh Trương Quang Mỹ (1952-2017)

và anh đi thật nhẹ nhàng
như mây trên đỉnh Langbiang ngày nào
như là một giấc chiêm bao
niềm vui để lại nỗi sầu mang theo
như là ngọn gió lưng đèo
rất phiêu lãng rất đìu hiu rất buồn
sáu lăm năm một đoạn đường
anh đi và đến nhưng không kịp về
mịt mù đất cũ trời xưa
bây giờ thân xác bơ vơ xứ người
anh đi rồi đi thật rồi
rất bình an không một lời chia tay
tôi về Bellingham chiều nay
mắt anh khép lại bàn tay hững hờ
sáu mươi lăm năm, ô hô!
đời tha phương một nấm mồ mọc lên

24 tháng 1.2017

JE SUIS RETOURNÉ À BELLINGHAM CET APRÈS-MIDI

En mémoire de Trương Quang Mỹ (1952-2017)

Et tu es parti si doucement,
Comme les nuages sur le sommet de Langbiang autrefois,
Comme un rêve éphémère,
Laissant la joie derrière, emportant la tristesse avec toi.

Comme une brise sur les montagnes,
Errant, solitaire, mélancolique…
Soixante-cinq ans, un chemin parcouru,
Tu es venu et reparti, sans pouvoir revenir.

Le ciel ancien, la terre lointaine,
Et maintenant, ton corps repose en exil.
Tu es parti, vraiment parti,
Paisiblement, sans un mot d'adieu.

Je suis retourné à Bellingham cet après-midi,
Tes yeux fermés, ta main inerte…
Soixante-cinq ans, ô destin cruel !
Et en terre étrangère, une tombe s'élève.

24 janvier 2017

I RETURNED TO BELLINGHAM THIS AFTERNOON

In memory of Trương Quang Mỹ (1952-2017)

And you left so gently,
Like the clouds on Langbiang's peak long ago,
Like a fleeting dream,
Leaving joy behind, carrying sorrow away.

Like a breeze over the mountain pass,
So wandering, so lonesome, so sad…
Sixty-five years, a journey traveled,
You came and left, but never made it back.

The old sky, the distant land,
And now, your body rests in exile.
You are gone, truly gone,
So peacefully, without a word of farewell.

I returned to Bellingham this afternoon,
Your eyes closed, your hand motionless…
Sixty-five years, oh, what a fate!
And in a foreign land, a grave now stands.

January 24, 2017

CHA TÔI

và bài thơ tôi viết dêm nay
là bài thơ sau bốn mươi năm
kể từ hôm vượt đèo Ngoạn Mục xuống Sông Pha
chạy ra Tuy Hòa
trở vô Sài Gòn
và nhận tin cha tôi đã chết
ông qua đời khi chiến tranh kết thúc
để lại trần gian nỗi nhớ khôn nguôi
để lại đàn con trên quê hương tan tác
để lại trong tôi vết thương mang theo suốt cuộc đời
bốn mươi năm rồi con vẫn nhớ, cha ơi!
ngày mùa đông cha mặc áo tơi ra ruộng
ngày nắng lửa cha gò mình đạp lúa
những sớm tinh mơ cùng đàn bò lầm lũi đi về phía bờ mương
rồi mùa thu cha đưa con đến trường
con thương ngọn gió nồm
mát rượi tuổi thơ những ngày đầu đi học
đi ngang qua Duồng Buồng (*) bọn nhỏ trong thôn vẫn
thường trêu chọc:
chiều chiều ngọn gió thổi lên
học trò Thầy Bốn chẳng nên đứa nào
thương cha một đời lận đận lao đao
cầm lấy chiếc cày để tay con được cầm cuốn sách
thương chiếc áo cha một đời thơm mùi đất
thương đất quê mình thơm mãi mùi hương
rồi mùa thu cha đưa con đến trường
con thương những con đường
cha đã dẫn con đi về phía trước
con vẫn còn đi sao cha đành dừng bước
bốn mươi năm trời con thương nhớ, cha ơi

MON PÈRE

Et ce poème que j'écris cette nuit
Est celui de quarante ans après,
Depuis ce jour où j'ai franchi le col Ngoạn Mục vers Sông Pha,
Fuyant vers Tuy Hòa,
Revenant à Saïgon,
Pour apprendre que mon père était mort.

Il est parti quand la guerre a pris fin,
Laissant au monde un chagrin sans fin,
Laissant ses enfants dans une patrie déchirée,
Laissant en moi une blessure qui ne guérira jamais.

Quarante ans déjà, mais je me souviens encore, père !
Ces matins d'hiver où tu enfilais ton manteau de paille pour aller aux champs,
Ces jours brûlants où tu te courbais pour battre le riz,
Ces aubes silencieuses où tu marchais lentement,
Suivant le troupeau de bœufs vers le bord du canal.

Puis vint l'automne, et tu m'as conduit à l'école.
Je chérissais la brise du sud,
Douce et fraîche comme mon enfance, mes premiers jours de classe.
En passant par Duồng Buồng (*), les enfants du village se moquaient :
"Chaque soir, le vent souffle fort,
Les élèves du maître Bốn ne deviennent jamais rien."

Je pleure une vie de labeur et de peine,
Où tu tenais la charrue pour que mes mains puissent tenir un livre.
Je chéris cette chemise imprégnée de l'odeur de la terre,
Je chéris notre terre natale, où flotte toujours ce parfum.

Puis vint l'automne, et tu m'as conduit à l'école.
Je chéris ces chemins
Où tu m'as guidé vers l'avenir.
Moi, je continue d'avancer, mais toi, père, pourquoi t'es-tu arrêté ?
Quarante ans ont passé, mais mon cœur ne cesse de t'aimer, père !

MY FATHER

And the poem I write tonight
Is the poem of forty years later,
Since the day I crossed Ngoạn Mục Pass down to Sông Pha,
Fled to Tuy Hòa,
Returned to Saigon,
And received the news that my father had passed away.

He departed when the war had ended,
Leaving behind an unceasing sorrow,
Leaving his children in a shattered homeland,
Leaving in me a wound that I will carry for life.

Forty years have passed, but I still remember, father!
The winter mornings when you wore your straw coat to the fields,
The scorching days when you bent over to thresh the rice,
The early dawns when you walked silently,
Leading the cattle toward the canal's edge.

Then came autumn, and you took me to school.
I cherished the southern breeze,
Cool and fresh, like my childhood, in those first days of learning.
Passing by Duồng Buồng (*), the village kids would tease:
"Each evening, the wind blows high,
Master Bốn's students never amount to anything."

I mourn a life of hardship and toil,
Where you held the plow so my hands could hold a book.
I cherish your shirt, forever scented with the earth,
I cherish our homeland, forever filled with its fragrance.

Then came autumn, and you took me to school.
I cherish the roads
Where you once guided me forward.
I am still walking, but father, why did you stop?
Forty years have passed, yet I still long for you, father!

CŨNG MAY CÒN CÓ NƠI NÀY

rồi em và tôi đi xa
mang theo hình bóng quê nhà thân thương
bây giờ đời đã muộn màng
nửa vòng trái đất lang thang quê người
xa quê hương em và tôi
cùng chia nhau những ngọt bùi đắng cay
cũng may còn có nơi này
có mây có khói có cây cỏ và…
có rừng Scibilia
để tôi còn nhớ chút Đà Lạt xưa
để còn mơ một ngày về
đi về phía Ngã Ba Chùa cùng em
đi tìm lại chút êm đềm
đoạn serenade và đêm thơ tình
nụ cười em lúc bình minh
bàn tay rất ấm hôm mình quen nhau
và căn nhà thuở ban đầu
bức tranh và những gam màu tôi yêu
đi tìm lại những buổi chiều
qua cây cầu nhỏ tôi theo em về
đi tìm lại những đam mê
những hò hẹn những đợi chờ ngất ngây
cũng may còn có nơi này
để tôi còn có những ngày bên em.

HEUREUSEMENT IL RESTE CET ENDROIT

Puis toi et moi, nous sommes partis au loin,
Emportant avec nous l'image de notre chère patrie.
À présent, la vie est déjà avancée,
À l'autre bout du monde, errant en terre étrangère.

Loin du pays natal, toi et moi,
Partageons ensemble douceurs et amertumes.
Heureusement, il reste cet endroit,
Avec ses nuages, sa brume, ses arbres, son herbe…

Et la forêt de Scibilia,
Pour que je me souvienne encore un peu de l'ancienne Đà Lạt,
Pour que je puisse rêver d'un jour revenir,
Marcher avec toi vers le carrefour des temples,

Retrouver un peu de sérénité,
Les sérénades et les nuits de poésie amoureuse,
Ton sourire au lever du jour,
Ta main si chaude le jour de notre rencontre,

Et la maison du tout début,
Le tableau et les teintes que j'aime tant.
Retrouver ces fins d'après-midi,
Quand je te suivais sur le petit pont pour rentrer chez toi.

Retrouver ces passions,
Ces rendez-vous, ces attentes enivrantes.
Heureusement, il reste cet endroit,
Pour que je puisse encore avoir des jours près de toi.

FORTUNATELY, THERE IS STILL THIS PLACE

Then you and I went far away,
Carrying with us the image of our beloved homeland.
Now life has already grown late,
Wandering on foreign soil, half a world away.

Far from home, you and I
Share both the sweetness and the sorrow.
Fortunately, there is still this place,
With its clouds, its mist, its trees, and its grass...

And the Scibilia forest,
So I can still remember a bit of the old Đà Lạt,
So I can still dream of a day to return,
Walking with you toward the Pagoda Crossroads,

Searching for a bit of peace,
For serenades and nights of love poetry,
For your smile at dawn,
For your warm hand on the day we met,

And for the house of our early days,
The painting and the colors I love so much.
Searching for those afternoons,
When I followed you across the small bridge to your home.

Searching for those passions,
Those rendezvous, those intoxicating moments of waiting.
Fortunately, there is still this place,
So I can still have days by your side.

SAU CHIẾN TRANH
TRỞ LẠI TUY HÒA

khi về thăm lại cố hương
thấy quê nhà nghĩ càng thương quê nhà
hắt hiu một bóng mẹ già
một ngôi mộ cỏ xanh và khổ đau
bâng khuâng một chút vườn sau
ngậm ngùi ngõ trước lao xao nắng vàng
đã qua chưa cuộc điêu tàn
đám mây năm cũ biết tan nơi nào

APRÈS LA GUERRE RETOUR À TUY HÒA

En revenant visiter ma terre natale,
Je ressens encore plus d'amour pour mon pays.
Une mère âgée, solitaire et frêle,
Une tombe couverte d'herbe et de chagrin.

Mélancolie dans un coin du jardin,
Tristesse au seuil où danse la lumière dorée.
La désolation s'est-elle enfin effacée ?
Où se sont dissipés les nuages d'antan ?

AFTER THE WAR
RETURNING TO TUY HÒA

Returning to visit my homeland,
I feel an even deeper love for this land.
An old mother, frail and alone,
A grave covered in grass and sorrow.

A wistful gaze at the garden behind,
A quiet sigh in the golden sunlight.
Has the ruin finally passed?
Where have the clouds of the past drifted away?

NGƯỜI THI SĨ ẤY KHÔNG CÒN LÀM THƠ

mười năm và mười mùa đông
trong hơi thở có hương nồng em trao
có tình em rất ngọt ngào
trong veo như giọt sương đèo Prenn
nồng nàn như đêm Lâm Viên
như Đà Lạt với chuyện tình Cúc Hoa
tôi và em vẫn đi về
trên con đường có nhiều hoa dã quì
có hò hẹn thuở tình si
có gian nan có nhiều khi rất buồn

mười năm và mười mùa đông
người thi sĩ ấy không còn làm thơ
còn chăng là tiếng ngựa thồ
thở khi lên dốc bụi mờ mịt bay
còn chăng là hai bàn tay
đã chai sạm với tháng ngày gian nan
còn chăng là mây lang thang
trên đồi gió hú bạt ngàn rừng thông
còn chăng là đêm mênh mông
người ngồi nhớ một dòng sông cạn rồi

CE POÈTE-LÀ NE FAIT PLUS DE POÉSIE

Dix ans et dix hivers passés,
Dans mon souffle flotte le parfum enivrant que tu m'as offert,
Avec ton amour si doux,
Pur comme une goutte de rosée sur le col de Prenn,
Brûlant comme une nuit à Lâm Viên,
Comme Đà Lạt et la légende de Cúc Hoa.

Toi et moi, nous allions et venions,
Sur le chemin bordé de fleurs de tournesol sauvages,
Où jadis nous nous donnions rendez-vous,
Où il y eut des épreuves et tant de tristesse.

Dix ans et dix hivers passés,
Ce poète-là ne fait plus de poésie.
Ne reste plus que le souffle des chevaux de bât,
Haletant dans la poussière des sentiers escarpés.
Ne restent plus que deux mains usées,
Durcies par les jours de labeur.
Ne restent plus que les nuages errants,
Sur les collines battues par le vent à travers l'immensité des forêts de pins.
Ne reste plus qu'une nuit infinie,
Où l'homme rêve d'une rivière, aujourd'hui asséchée.

THAT POET NO LONGER WRITES POETRY

Ten years and ten winters have passed,
In my breath lingers the intoxicating scent you once gave me,
With your love so tender,
Pure as a drop of dew on Prenn Pass,
Passionate as a night in Lâm Viên,
Like Đà Lạt and the love story of Cúc Hoa.

You and I walked back and forth,
On the path lined with wild sunflowers,
Where we once made promises,
Where there were hardships and moments of deep sorrow.

Ten years and ten winters have passed,
That poet no longer writes poetry.
Only the heavy breath of packhorses remains,
Panting as they climb dusty slopes.
Only two worn hands remain,
Hardened by the struggles of time.
Only wandering clouds remain,
Drifting over hills swept by howling winds through endless pine forests.
Only an endless night remains,
Where a man remembers a river—now dried up.

MÂY KHÓI QUÊ NHÀ

bữa đó con về thăm Phú Thứ
gặp lại mùi hương của ruộng đồng
gặp lại những năm và tháng cũ
mây khói quê nhà nhẹ bước chân

mùi hương của đất làm con nhớ
những giọt mồ hôi những nhọc nhằn
cha đã vì con mà nhỏ xuống
cho giấc mơ đời con thêm xanh

mùi hương của đất làm con tiếc
những ngày hoa mộng thuở bình yên
nồi cá rô thơm mùa lúa mới
và tiếng cười vui của mẹ hiền

ngày mai con lại ra đi nữa
cứ đi hoài mà chẳng đến nơi
ước mơ ngày ấy giờ chưa đạt
mà bóng thời gian đã muộn rồi

NUAGES ET FUMÉES DE MON PAYS

Ce jour-là, je suis retourné à Phú Thứ,
Retrouvant le parfum des rizières,
Retrouvant les années et les mois passés,
Dans la brume légère de mon pays natal.

Le parfum de la terre me rappelle,
Les gouttes de sueur, les labeurs incessants,
Que mon père a versées pour moi,
Afin que mon rêve de vie reste verdoyant.

Le parfum de la terre me remplit de regrets,
De ces jours insouciants d'un passé paisible,
Du poisson rôti parfumé au parfum du riz nouveau,
Et des rires joyeux de ma mère bien-aimée.

Demain encore, je repartirai,
Toujours en marche, sans jamais arriver.
Le rêve d'autrefois reste encore lointain,
Et l'ombre du temps s'est déjà trop avancée.

CLOUDS AND SMOKE OF MY HOMELAND

That day, I returned to Phú Thứ,
Feeling once more the scent of the fields,
Revisiting the years and past months,
In the gentle mist of my homeland.

The scent of the earth reminds me,
Of sweat and endless hardships,
That my father endured for me,
So my life's dream could remain evergreen.

The scent of the earth fills me with longing,
For those youthful days of peaceful times,
For the fragrant fish cooked with new rice,
And my dear mother's joyful laughter.

Tomorrow, once again, I will leave,
Always walking, yet never arriving.
The dream of yesterday is still far away,
And the shadow of time has grown too long.

THỨC CÙNG EM ĐÊM NAY

thức cùng em hết đêm nay
chia nhau hơi ấm chờ mai lên đường
là khi mình xa quê hương
ra đi cùng với nỗi buồn Việt Nam
là khi chia tay Langbiang
chia tay những đám mây bàng bạc trôi
là khi từ biệt núi đồi
những con đường của một thời thanh xuân
là khi mắt lệ tần ngần
đứng bên con dốc Nhà Làng ngẩn ngơ
là khi sương đẫm mặt hồ
nơi còn dấu vết bài thơ ban đầu
là khi chân bước qua cầu
mắt còn nhìn lại phía sau quê nhà
là khi mình sẽ đi xa
sẽ phiêu giạt mãi như là mây bay
thức cùng em hết đêm nay
chia tay Đà Lạt rồi mai lên đường

VEILLER AVEC TOI CETTE NUIT

Veiller avec toi toute cette nuit,
Partager la chaleur avant de partir demain.
C'est le moment où l'on quitte notre terre,
En emportant avec nous la tristesse du Vietnam.

C'est le moment où l'on dit adieu à Langbiang,
Aux nuages pâles flottant à l'horizon.
C'est le moment où l'on quitte les montagnes,
Les chemins qui ont bercé notre jeunesse.

C'est le moment où les larmes hésitantes,
Brillent aux yeux au sommet de la côte Nhà Làng.
C'est le moment où la brume couvre le lac,
Là où repose encore notre premier poème.

C'est le moment où l'on traverse le pont,
Le regard tourné une dernière fois vers la maison.
C'est le moment où l'on part au loin,
Errant sans fin comme les nuages portés par le vent.

Veiller avec toi toute cette nuit,
Dire adieu à Đà Lạt avant de reprendre la route demain.

STAYING AWAKE WITH YOU TONIGHT

Staying awake with you all night long,
Sharing the warmth before we leave at dawn.
It is the moment we part with our homeland,
Carrying with us the sorrow of Vietnam.

It is the moment we say goodbye to Langbiang,
To the pale clouds drifting across the sky.
It is the moment we leave the mountains,
The roads that once embraced our youth.

It is the moment when hesitant tears,
Shine in our eyes on Nhà Làng slope.
It is the moment when mist veils the lake,
Where our first poem still lingers.

It is the moment when we cross the bridge,
Turning back for one last glance at home.
It is the moment we drift far away,
Wandering endlessly like clouds in the wind.

Staying awake with you all night long,
Bidding farewell to Đà Lạt before we set off at dawn.

KHI DỪNG LẠI BÊN DÒNG POTOMAC

khi dừng lại bên dòng Potomac
em bên tôi vẫn rất dịu dàng
gió lồng lộng cả một trời Đông Bắc
tóc em bay trong nắng thu vàng

và như thế mình đi và đã đến
mình đã tìm và gặp được dòng sông
tôi ngồi xuống để nghe sông hát
và đứng lên ôm lấy mặt trời hồng

và như thế mình đi và đã đến
đã bên nhau thủy tận sơn cùng
tôi nằm xuống để nghe đất thở
tạ ơn đời độ lượng bao dung

khi dừng lại bên dòng Potomac
tôi và em nhìn lại quê nhà
buồn hiu hắt thương về chốn cũ
phía chân trời đã mịt mù xa

LORSQUE NOUS NOUS ARRÊTONS AU BORD DU POTOMAC

Lorsque nous nous arrêtons au bord du Potomac,
Tu es toujours aussi douce à mes côtés.
Le vent souffle fort sur tout le Nord-Est,
Tes cheveux s'envolent sous le soleil d'automne doré.

Et ainsi, nous avons marché et nous sommes arrivés,
Nous avons cherché et trouvé cette rivière.
Je m'assois pour écouter son chant,
Puis me lève pour embrasser le soleil éclatant.

Et ainsi, nous avons marché et nous sommes arrivés,
Jusqu'aux confins des eaux et des montagnes.
Je me couche pour entendre la terre respirer,
Reconnaissant envers la vie généreuse et clémente.

Lorsque nous nous arrêtons au bord du Potomac,
Toi et moi regardons en arrière vers notre patrie,
Tristement nostalgiques du pays lointain,
Là-bas, à l'horizon déjà perdu dans la brume.

WHEN STOPPING BY THE POTOMAC RIVER

When stopping by the Potomac River,
You are still so gentle by my side.
The wind sweeps fiercely through the Northeast sky,
Your hair dances in the golden autumn light.

And so, we walked and we arrived,
We searched and found this flowing stream.
I sit down to hear the river sing,
Then rise to embrace the radiant sun.

And so, we walked and we arrived,
Together, reaching the ends of land and water.
I lie down to feel the earth breathe,
Grateful for life's kindness and grace.

When stopping by the Potomac River,
You and I look back toward our homeland,
A quiet sorrow lingers for what we left behind,
Fading beyond the distant horizon's mist.

BÂY GIỜ

bây giờ nhớ núi nhớ rừng
nhớ sông nhớ biển nhớ trăng quê nhà
thương em ngày nắng Tuy Hòa
chiều mưa Đức Trọng, sáng Đà Lạt sương
thương em và những con đường
một thời tôi đã cùng em đi về
bây giờ lạ đất lạ quê
bước chân phiêu bạc biết về nơi đâu
thương em nắng dãi mưa dầu
đau cùng tôi với nỗi đau riêng mình
chia cùng tôi một chút tình
của ngàn năm trước và nghìn năm sau

về đâu chẳng biết về đâu
thôi thì về lại buổi đầu gặp em
dòng sông xưa ấy êm đềm
mùa thu năm ấy bên thềm lá bay
bàn tay nắm chặt bàn tay
dìu nhau qua những tháng ngày gian nan

bây giờ ngồi nhớ Việt Nam
bên trời tuyết lạnh hai hàng lệ rơi

MAINTENANT

Maintenant, je me souviens des montagnes et des forêts,
Des rivières, des mers, de la lune de mon pays natal.
Je pense à toi sous le soleil de Tuy Hòa,
Aux pluies de l'après-midi à Đức Trọng, aux brumes du matin à Đà Lạt.

Je pense à toi et aux chemins,
Ceux que nous avons autrefois parcourus ensemble.
Maintenant, cette terre et ce pays me sont étrangers,
Errant sans but, où pourrais-je rentrer ?

Je pense à toi, sous le soleil brûlant, sous la pluie battante,
Souffrant avec moi d'une douleur que nous partageons.
Nous partageons un peu d'amour,
Celui d'il y a mille ans et celui de mille ans à venir.

Où aller ? Je ne sais où aller…
Alors, revenons au moment où je t'ai rencontrée,
À cette douce rivière d'autrefois,
À cet automne où les feuilles tombaient devant le seuil.
Ta main serrait la mienne,
Nous guidant à travers des jours de tourmente.

Maintenant, assis en pensant au Vietnam,
Sous un ciel enneigé, mes larmes tombent en silence.

NOW

Now, I remember the mountains and forests,
The rivers, the sea, the moon of my homeland.
I think of you under the sun of Tuy Hòa,
The afternoon rains in Đức Trọng, the morning mist in Đà Lạt.

I think of you and the roads,
The ones we once walked together.
Now, this land, this place feels foreign,
Wandering endlessly, where can I return?

I think of you, under the scorching sun, under the pouring rain,
Sharing with me a sorrow of our own.
We share a little love,
From a thousand years ago and a thousand years to come.

Where to go? I don't know where to go…
Then let me return to the moment I first met you,
To that gentle river of the past,
To that autumn when leaves drifted across the doorstep.
Your hand held mine so tight,
Guiding each other through the hardships of life.

Now, sitting here, thinking of Vietnam,
Under the cold snow, silent tears fall.

MƯỜI BA NĂM, QUY CỐ HƯƠNG

ngủ đi em, đêm khuya rồi
sớm mai thức dậy cùng tôi lên đường
mười ba năm, quy cố hương
có đi biền biệt vẫn thương quê nhà
vẫn thương dưa mắm tương cà
thương con cò trắng bay qua cánh đồng
vẫn mơ về một dòng sông
nơi cha thương mẹ nơi ông thương bà
vẫn mơ về đất và hoa
nơi tôi đã gặp em và thương em
những ngày những tháng êm đềm
em trao tôi cả trái tim thật thà
ngủ đi em, đêm đã khuya
sớm mai thức dậy mình về Việt Nam

TREIZE ANS, RETOUR AU PAYS NATAL

Dors bien, mon amour, la nuit est tardive,
Demain matin, réveille-toi et pars avec moi.
Treize ans déjà, et nous rentrons au pays,
Même après tant d'années, mon cœur reste attaché.

Toujours fidèle aux saveurs d'antan,
Au poisson fermenté, au riz et au gingembre.
Toujours rêveur d'une rivière lointaine,
Où mon père aimait ma mère, où mes aïeux reposent.

Toujours en quête de cette terre et de ces fleurs,
Là où je t'ai rencontrée et appris à t'aimer.
Ces jours heureux, ces mois paisibles,
Où tu m'as offert ton cœur sincère.

Dors bien, mon amour, la nuit est avancée,
Demain matin, nous rentrons au Vietnam.

THIRTEEN YEARS, RETURNING HOME

Sleep well, my love, the night is late,
Tomorrow morning, wake up and go with me.
Thirteen years, and we are returning home,
Even after so long, my heart still longs for it.

Still cherishing the taste of simple meals,
The pickled fish, the rice, the homemade sauces.
Still dreaming of a distant river,
Where my father loved my mother, where my ancestors rest.

Still yearning for the land and its flowers,
The place where I met you and learned to love you.
Those peaceful days, those gentle months,
When you gave me your honest heart.

Sleep well, my love, the night is deep,
Tomorrow morning, we return to Vietnam.

ĐI CÙNG EM
GIỮA ĐÀ LẠT SƯƠNG MÙ

rồi có lúc trở về chốn cũ
đi cùng em giữa Đà Lạt sương mù
hát cùng em bài tình ca thuở ấy
tìm lại dấu chân mình trên những lối đi xưa

tìm lại mùi hương bên chiều Thủy Tạ
theo em về những hò hẹn ngày mưa
và thương nhớ một thời tuổi trẻ
chỉ có hoa hồng và chỉ có mộng mơ

tìm lại giọt sương trên đồi buổi sớm
bước cùng em trên ngọn cỏ hồng
và thương nhớ một thời lãng mạn
chỉ có tình yêu bát ngát mênh mông

rồi có lúc trở về chốn cũ
đi cùng em giữa Đà Lạt sương mù
quên đi một đoạn đời lận đận
quên đi những ngày khốn khó gian nan

MARCHER AVEC TOI DANS LA BRUME DE DALAT

Un jour, nous reviendrons en ce lieu ancien,
Marchant ensemble dans la brume de Đà Lạt,
Chantant avec toi cette chanson d'autrefois,
Retrouvant nos pas sur les sentiers d'antan.

Retrouvant le parfum des après-midis à Thủy Tạ,
Te suivant vers les rendez-vous sous la pluie,
Et nous souvenant d'un temps de jeunesse,
Où il n'y avait que des roses et des rêves.

Retrouvant la rosée sur les collines au matin,
Marchant avec toi sur l'herbe rose,
Et nous souvenant d'un temps romantique,
Où seul l'amour emplissait l'horizon.

Un jour, nous reviendrons en ce lieu ancien,
Marchant ensemble dans la brume de Đà Lạt,
Oubliant une vie de tourments,
Oubliant les jours de peine et de misère.

WALKING WITH YOU THROUGH THE MIST OF DALAT

One day, we will return to this old place,
Walking together through the mist of Đà Lạt,
Singing with you that love song from the past,
Finding our footprints on those familiar paths.

Finding again the fragrance of Thủy Tạ afternoons,
Following you to our rainy-day rendezvous,
And remembering a time of youth,
When there were only roses and dreams.

Finding the morning dew on the hillside,
Walking with you on the pink grass,
And cherishing a time of romance,
When love was vast and endless.

One day, we will return to this old place,
Walking together through the mist of Đà Lạt,
Forgetting a life of struggles,
Forgetting the days of hardship and pain.

DỐC PHỐ NHÀ LÀNG GHI DẤU CHUYỆN TÌNH HOÀNG-HOA
TRANH NGUYỄN SÔNG BA

CHIA TAY ĐÀ LẠT

và tôi lại chia tay Đà Lạt
trở lại quê người với những cơn bão tuyết mùa đông
tôi mang theo nỗi buồn xa xứ
và nỗi hoài hương nặng trĩu trong lòng

tôi lại thấy bóng tôi bên dòng Potomac
bên bờ Đại Tây Dương nghe quê hương réo gọi trái tim mình
đi không phải là đi biệt xứ
thương quê nhà còn lại phía sau lưng
lại cùng em lang thang bên hồ Thạch Thảo
nói với em về một đoạn đời buồn
nói với em về những dòng sông lưu lạc
trôi về đâu rồi cũng muốn trở về nguồn

và tôi lại chia tay Đà Lạt
chia tay những con đường in dấu chân xưa
chia tay rừng thông và cỏ cây sương khói
chia tay mây trời và gió núi Langbiang
mong bình yên đến với Kim Huê (*)
và những người ở lại
mong một ngày về…
dù chưa biết khi nào…

ADIEU À DALAT

Et une fois encore, je dis adieu à Đà Lạt,
Retournant en terre étrangère, vers les tempêtes de neige de l'hiver.
J'emporte avec moi la tristesse de l'exil,
Et le poids de la nostalgie au fond du cœur.

Je me revois au bord du Potomac,
Au rivage de l'Atlantique, entendant ma patrie appeler mon cœur.
Partir, ce n'est pas abandonner sa terre,
Quand l'amour du pays demeure derrière soi.

À nouveau, je me promène avec toi au lac Thạch Thảo,
Te parlant d'un chapitre de ma vie empli de tristesse,
Te racontant les rivières en exil,
Qui, où qu'elles aillent, rêvent toujours de retrouver leur source.

Et une fois encore, je dis adieu à Đà Lạt,
Adieu aux chemins marqués par nos pas passés,
Adieu aux forêts de pins et aux brumes des montagnes,
Adieu aux nuages flottants et au vent des cimes de Langbiang.

Que la paix accompagne Kim Huê
Et tous ceux qui restent.
Espérant un jour revenir…
Sans savoir quand…

FAREWELL TO DALAT

And once again, I say farewell to Đà Lạt,
Returning to foreign lands, to the winter storms of snow.
I carry with me the sorrow of exile,
And the weight of longing deep in my heart.

I see my shadow again by the Potomac River,
By the Atlantic shore, hearing my homeland call my heart.
Leaving does not mean forsaking one's land,
When love for home still lingers behind.

Once more, I wander with you by Thạch Thảo Lake,
Telling you of a chapter of my life filled with sadness,
Speaking of rivers that have lost their way,
That, no matter where they flow, always long to return to their source.

And once again, I say farewell to Đà Lạt,
Farewell to the paths marked by our footsteps,
Farewell to pine forests and mist-covered hills,
Farewell to drifting clouds and the winds of Langbiang's peaks.

May peace be with Kim Huê (*)
And with those who remain.
Hoping for a day to return…
Though I do not know when…

ƯỚC MƠ CỦA NGƯỜI HỌA SĨ

tặng anh Đinh Cường

chàng ngã xuống
vào một đêm mùa đông ở miền Đông Bắc
sau những tháng năm miệt mài vẽ
vẽ chân dung những người chàng yêu quí
vẽ những kỷ niệm
ở Huế,
ở Đơn Dương,
ở Lạc Lâm,
ở Đà Lạt
vẽ tiếng kèn trong gió xoáy (*)
vẽ cành cây chảy máu trong mùa đông
vẽ người ngồi trên chiếc ghế cũ
vẽ mùa thu chết
vẽ những tấm lòng
độ lượng
bao dung

chàng ngã xuống
sau khi đã đi nửa vòng trái đất
và dừng chân bên khu rừng Burke
nghe tiếng chim hót buổi sáng
nghe tiếng lá xào xạc buổi chiều
những ngày mưa hiu hắt
những ngày bão tuyết hoang mang
trong garage
đằng sau giá vẽ
chàng lặng lẽ
vẽ chân dung mình
và nỗi nhớ quê hương

chàng bất ngờ ngã xuống
vào một đêm rất lạnh ở miền Đông Bắc
trực thăng cấp cứu đưa chàng chuyển viện
phải cứu lấy người họa sĩ này
phải cứu lấy những bức tranh còn dang dở
bạn bè âu lo
người thân khắc khoải
khi tỉnh lại
trong hơi thở mệt nhọc
chàng nói về một ước mơ:
mong sao sớm trở lại với giá vẽ

LE RÊVE DU PEINTRE

À Đinh Cường

Il est tombé
une nuit d'hiver dans le Nord-Est,
après des années à peindre sans relâche.
Il peignait les portraits des êtres qu'il chérissait,
il peignait les souvenirs
de Huế,
de Đơn Dương,
de Lạc Lâm,
de Đà Lạt.
Il peignait le son d'une trompette dans le vent (*),
il peignait des branches saignant en hiver,
il peignait un homme assis sur une chaise usée,
il peignait l'automne mourant,
il peignait des cœurs
pleins de bonté
et de bienveillance.

Il est tombé
après avoir traversé la moitié du monde,
s'arrêtant près de la forêt de Burke,
écoutant les oiseaux chanter le matin,
écoutant les feuilles frémir au crépuscule,
dans ces jours de pluie mélancolique,
dans ces jours de tempête de neige troublante.
Dans son garage,
derrière son chevalet,
il peignait en silence
son propre portrait
et sa nostalgie du pays natal.

Il est tombé soudainement
une nuit glaciale du Nord-Est.
Un hélicoptère d'urgence l'a transporté à l'hôpital.
Il fallait sauver ce peintre,
il fallait sauver ses toiles inachevées.
Ses amis étaient inquiets,
ses proches angoissés.
Quand il s'est réveillé,
dans un souffle fatigué,
il a parlé d'un rêve :
celui de bientôt retourner à son chevalet.

THE PAINTER'S DREAM

For Đinh Cường

He fell
on a winter night in the Northeast,
after years of relentless painting.
He painted the portraits of those he loved,
he painted memories
of Huế,
of Đơn Dương,
of Lạc Lâm,
of Đà Lạt.
He painted the sound of a trumpet in the wind (*),
he painted branches bleeding in the winter,
he painted a man sitting on an old chair,
he painted the dying autumn,
he painted hearts
full of kindness
and compassion.

He fell
after crossing half the world,
stopping by the Burke forest,
listening to the birds sing in the morning,
listening to the rustling leaves at dusk,
in those melancholy rainy days,
in those unsettling snowstorm nights.
In his garage,
behind his easel,
he silently painted
his own portrait
and his longing for his homeland.

He suddenly collapsed
on a freezing night in the Northeast.
An emergency helicopter rushed him to the hospital.
They had to save this painter,
they had to save his unfinished paintings.
Friends were anxious,
loved ones restless.
When he woke up,
with a weary breath,
he spoke of one dream:
to return soon to his easel.

NGÀY TÔI
TRỞ LẠI MIỀN ĐÔNG

ngày tôi trở lại miền Đông
tôi mang theo một nụ hồng cao nguyên
vẫn là tôi, vẫn là em
vẫn khu vườn cũ, vẫn thềm nhà xưa
đi cùng tôi nhé, Cúc Hoa
trên con đường mịt mù mưa xứ người
và xin cảm tạ đất trời
đã cho em lại nụ cười hồn nhiên
đi cùng tôi, giọt sương đêm
nhẹ nhàng như nhạc và hiền như thơ
mơ cùng tôi nhé, Cúc Hoa
giấc mơ Đà Lạt thời chưa biết buồn
vẫn là tôi, vẫn là em
vẫn khu rừng lạnh tiếng chim gọi đàn
vẫn là mây trắng ngàn năm

LE JOUR OÙ JE SUIS REVENU À L'EST

Le jour où je suis revenu à l'Est,
j'ai apporté avec moi une rose des hauts plateaux.
C'est toujours moi, c'est toujours toi,
toujours le vieux jardin, toujours le seuil d'antan.

Viens avec moi, Cúc Hoa,
sur cette route embrumée de pluie en terre étrangère.
Et remercions le ciel et la terre
qui t'ont rendu ton sourire innocent.

Viens avec moi, goutte de rosée nocturne,
légère comme une mélodie, douce comme un poème.
Rêve avec moi, Cúc Hoa,
du rêve de Đà Lạt avant que la tristesse ne vienne.

C'est toujours moi, c'est toujours toi,
toujours la forêt froide où les oiseaux s'appellent,
toujours les nuages blancs d'éternité.

THE DAY I RETURNED TO THE EAST

The day I returned to the East,
I carried with me a rose from the highlands.
It's still me, it's still you,
still the old garden, still the familiar doorstep.

Walk with me, Cúc Hoa,
on this misty road of rain in a foreign land.
And let's be grateful to the heavens and earth
for giving you back your innocent smile.

Come with me, night's dewdrop,
as gentle as music, as tender as poetry.
Dream with me, Cúc Hoa,
of Đà Lạt's dreams before sorrow ever came.

It's still me, it's still you,
still the cold forest where birds call to each other,
still the white clouds of eternity.

CHIA TAY NGỰA Ô

ở lại nhé, Ngựa Ô thương mến (1)
tôi sẽ đi và sẽ nhớ nơi này
nơi bạn bè tôi một thời ấm áp
chia cùng nhau nỗi buồn lưu lạc
nơi anh Đinh Cường viết Đoạn Ghi Đêm Centreville
nơi em trở về sau lần ngã gục
tôi dìu em lên những bậc thềm đớn đau và hạnh phúc
gần ba trăm ngày em mới tìm lại được những bước chân
mới biết quê người không chỉ có hoa hồng
mà có cả những cơn lốc dữ
mới hiểu không có nỗi buồn nào hơn nỗi buồn viễn xứ
nhớ và thương mây khói quê nhà

ở lại nhé, Ngựa Ô thương mến
tôi sẽ đi và sẽ nhớ nơi này
nơi những đêm mưa em cùng tôi nhắc chuyện ngàyxưa
ngày xưa, ngày xưa, ngày em và tôi lang thang trongsương mù Đà Lạt
ngày xưa, ngày xưa, ngày em đạp xe chở con đi học
ngày xưa, ngày xưa, bữa ăn chín phần mười là bắp
đêm em nằm trằn trọc
vì không đủ sữa cho con
rồi cũng qua đi những tháng năm buồn
giờ nhớ lại
thôi thì cũng cứ cho là kỷ niệm

ở lại nhé, Ngựa Ô thương mến
tôi sẽ đi và sẽ nhớ nơi này
sẽ nhớ từng ngọn cỏ hàng cây
khu vườn phía sau nhà
và tiếng chim buổi sáng
những chiếc lá vô tình rơi trên mái tóc
tiếng cười của các con những chiều Chủ Nhật
chút khói cà phê quyện ở hiên nhà
và những giọt sương đêm
những giọt sương đêm em và tôi thấm đẫm
những giọt sương đêm dịu dàng như tiếng nhạcCortazar (2)

Virginia, 17.6.2013

(1) Ngựa Ô (Black Horse): tên một con đường ở thànhphố Centreville, Virginia
(2) Ernesto Cortazar (1940-2004): nhạc sĩ dương cầmngười Mỹ gốc Mexico

ADIEU, NGỰA Ô

Reste ici, ô cher Ngựa Ô,
je partirai, mais je me souviendrai de cet endroit,
où mes amis ont partagé avec moi
la chaleur d'un temps révolu et l'exil mélancolique.

C'est ici qu'Anh Đinh Cường a écrit Đoạn Ghi Đêm Centreville,
c'est ici que tu es revenue après ta chute,
où je t'ai portée sur ces marches douloureuses et heureuses.
Près de trois cents jours pour retrouver tes pas,
pour comprendre que l'exil n'est pas fait que de roses,
mais aussi de tempêtes furieuses,
et que nulle tristesse n'est plus grande que celle de l'exil.
Souvenirs et nostalgie d'un pays lointain,
voilé de nuages et de fumée.

Reste ici, ô cher Ngựa Ô,
je partirai, mais je me souviendrai de cet endroit,
où, les nuits pluvieuses, tu évoquais avec moi notre passé.

Il était une fois, autrefois,
quand toi et moi errions dans la brume de Đà Lạt,
quand tu pédalais pour emmener ton enfant à l'école,
quand nos repas étaient faits à neuf dixièmes de maïs.
Et les nuits où tu restais éveillée,
inquiète de ne pas avoir assez de lait pour ton enfant.
Puis ces années de tristesse sont passées…
Aujourd'hui, en y repensant,
appelons cela simplement un souvenir.

Reste ici, ô cher Ngựa Ô,
je partirai, mais je me souviendrai de cet endroit,
de chaque brin d'herbe et de chaque arbre,
du jardin derrière la maison,
du chant des oiseaux matinaux,
des feuilles tombant distraitement sur tes cheveux,
des rires des enfants un dimanche après-midi,
de la fumée du café flottant sous le porche,
et des gouttes de rosée nocturnes.

Ces gouttes de rosée que nous avons partagées,
douces comme la musique de Cortazar.

Virginia, le 17 juin 2013

FAREWELL, BLACK HORSE

Stay, my dear Black Horse (1),
I will leave, but I will remember this place—
Where my friends once shared warm moments,
Where we shared the sorrows of exile.
Where Đinh Cường wrote Night Notes from Centreville,
Where you returned after falling hard.
I lifted you up those stairs of pain and happiness,
It took nearly three hundred days for you to find your steps again,
To realize that in this foreign land,
There were not only roses
But also raging storms.
To understand that no sorrow is greater than the sorrow of exile,
And to long for the mist of our homeland.

Stay, my dear Black Horse,
I will leave, but I will remember this place—
The rainy nights when you and I spoke of the past.
The past, the past… when you and I wandered through the mist of Đà Lạt.
The past, the past… when you pedaled your bike, taking our child to school.
The past, the past… when nine out of ten meals were just corn,
And you lay awake at night,
Because there was not enough milk for our child.
Yet those sorrowful years have passed.
Looking back now,
Let's just call them memories.

Stay, my dear Black Horse,
I will leave, but I will remember this place—
I will remember each blade of grass, each tree,
The garden behind the house,
The morning birdsong,
The leaves falling carelessly on your hair,
The laughter of our children on Sunday afternoons,
The wisp of coffee smoke curling on the porch,
And the drops of night dew...
The drops of night dew we soaked in,
The drops of night dew, gentle as the music of Cortazar (2).

Virginia, June 17, 2013

(1) Black Horse: The name of a street in Centreville, Virginia.
(2) Ernesto Cortazar (1940-2004): A Mexican-American pianist and composer.

DRAN, NGÀY VỀ

tặng anh Đinh Cường

khi trở về chàng đứng ngẩn ngơ
giọt nước mắt rơi trên nền đất cũ
đêm Dran
nhớ tiếng xe thổ mộ
về hướng Kado về phía Lạc Lâm
đêm Dran
nhớ quá tiếng đàn
và giọng hát của bạn bè một thời giang hồ bạt xứ
đêm Dran
nhớ những mảng màu của một thời tuổi trẻ
chiếc giá vẽ gian nan cùng năm tháng sương mù

khi trở về
Dran không còn mùa thu
bên kia đèo và nơi kia Đà Lạt
nhớ Schubert và Serenade
chiều rất buồn chiều trên đồi thông
đêm rất buồn đêm ở đường Hoa Hồng
đêm và những bức tranh
vẽ hoài vẫn còn dang dở

khi trở về chàng đứng ngẩn ngơ
giọt nước mắt rơi trên nền đất cũ

DRAN, LE JOUR DU RETOUR

À Đinh Cường

En revenant, il resta là, figé,
une larme tombant sur la terre ancienne.

Nuit de Dran,
se souvenant du bruit des carrioles
allant vers Kado, vers Lạc Lâm.

Nuit de Dran,
se souvenant des accords de guitare
et des voix d'amis d'une jeunesse vagabonde.

Nuit de Dran,
se souvenant des couleurs d'un temps révolu,
du chevalet fatigué par les années et la brume.

En revenant,
Dran n'avait plus d'automne.
De l'autre côté du col, là-bas, c'était Đà Lạt,
Schubert et Serenade dans l'air,
un après-midi si triste sur la colline des pins,
une nuit si mélancolique sur la rue des Roses,
une nuit et des toiles
inlassablement commencées, jamais achevées.

En revenant, il resta là, figé,
une larme tombant sur la terre ancienne.

DRAN, THE DAY OF RETURN

For Đinh Cường

Upon returning, he stood still,
a tear falling onto the old ground.

Night in Dran,
remembering the sound of horse-drawn carriages
heading toward Kado, toward Lạc Lâm.

Night in Dran,
remembering the melodies of a guitar
and the voices of friends from a wandering youth.

Night in Dran,
remembering the colors of a bygone time,
the easel worn down by years and mist.

Upon returning,
Dran no longer had its autumn.
Beyond the pass, there was Đà Lạt,
Schubert and Serenade in the air,
a sorrowful afternoon on the pine-covered hill,
a melancholic night on Rose Street,
a night filled with unfinished paintings,
always started, never completed.

Upon returning, he stood still,
a tear falling onto the old ground.

THƯƠNG NHỚ NGỰA Ô

vậy là mình chia tay Ngựa Ô đã được một năm
nhớ Ngựa Ô là nhớ những ngày mùa đông rất lạnh
ba giờ sáng em và tôi ra trước nhà cào tuyết
gió tạt tê người lòng vẫn thấy vui
vì em vẫn đi bên cạnh cuộc đời tôi
và trong căn nhà nhỏ kia
có những mặt trời đang mọc
có tiếng dương cầm Giovanni như dòng suối mát
có tiếng hát Thái Thanh và Tình Hoài Hương
nhớ Ngựa Ô là nhớ con đường
đêm mùa thu tôi cùng em đi về phía hồ Thạch Thảo
tiếng xào xạc của lá vàng
và giọt sương trên vai áo
tôi thương Ngựa Ô và tôi thương em

vậy là mình chia tay Ngựa Ô đã được một năm
nhớ Ngựa Ô là nhớ những đêm bạn bè hát khúc sầu ca viễn xứ
nhớ Nguyễn Ngọc Phong và Gửi Em, Đà Lạt
nhớ Đinh Cường và Đoạn Ghi Đêm Centreville
nhớ Nguyễn Minh Nữu và Mênh Mông Trời Bất Bạt
nhớ Nguyễn Trọng Khôi và Giấc Mộng Trên ĐồiThơm
nhớ Ngựa Ô là nhớ con đường
in dấu chân bạn bè tôi từ những nơi xa xôi có khi lànửa vòng trái đất
ngồi bên nhau giọt rượu cay trong mắt
ngồi bên nhau cùng nhớ một quê nhà
quê nhà thì xa mây thì bay qua
đời phiêu bạc như những đám mây trôi giạt
nhớ Ngựa Ô là nhớ những bàn tay ấm áp
tôi thương Ngựa Ô và thương bạn bè tôi

NOSTALGIE DE NGỰA Ô

Voilà un an déjà que nous avons quitté Ngựa Ô.
Se souvenir de Ngựa Ô, c'est se rappeler ces jours d'hiver glacials,
où, à trois heures du matin, toi et moi sortions devant la maison
pour pelleter la neige.
Le vent cinglait nos visages, mais nos cœurs restaient joyeux,
car tu étais toujours à mes côtés, dans ma vie.

Et dans cette petite maison,
des soleils se levaient,
la musique de Giovanni coulait comme une source fraîche,
la voix de Thái Thanh chantait Tình Hoài Hương.

Se souvenir de Ngựa Ô, c'est se rappeler cette route
où, par une nuit d'automne, nous marchions ensemble vers le
lac Thạch Thảo,
entendant le bruissement des feuilles jaunes,
sentant la rosée effleurer nos épaules.
J'aime Ngựa Ô, et j'aime aussi toi.

Voilà un an déjà que nous avons quitté Ngựa Ô.
Se souvenir de Ngựa Ô, c'est se rappeler ces nuits
où les amis chantaient des mélodies de l'exil.

C'est se souvenir de Nguyễn Ngọc Phong et de Gửi Em, Đà Lạt,
de Đinh Cường et de Đoạn Ghi Đêm Centreville,
de Nguyễn Minh Nữu et de Mênh Mông Trời Bất Bạt,
de Nguyễn Trọng Khôi et de Giấc Mộng Trên Đồi Thơm.

Se souvenir de Ngựa Ô, c'est revoir cette route
où les pas de mes amis, venus de terres lointaines,
laissaient leur empreinte, parfois depuis l'autre bout du monde.

Assis ensemble, nous buvions un vin qui brûlait les yeux,
assis ensemble, nous nous rappelions notre patrie lointaine.
La patrie est loin, les nuages voguent au-dessus,
nos vies errantes comme ces nuages déracinés.

Se souvenir de Ngựa Ô, c'est ressentir la chaleur de ces mains amies.
J'aime Ngựa Ô, et j'aime mes amis.

REMEMBERING NGỰA Ô

It has been a year since we parted ways with Ngựa Ô.
Remembering Ngựa Ô is recalling those freezing winter days,
when at three in the morning, you and I stepped outside to
shovel snow.
The wind stung our skin, but our hearts stayed warm,
because you were still by my side, walking this life with me.

And in that little house,
suns were rising,
Giovanni's piano flowed like a refreshing stream,
Thái Thanh's voice sang Tình Hoài Hương.

Remembering Ngựa Ô is recalling that road,
where, on an autumn night, we walked toward Thạch Thảo
Lake,
listening to the rustling of golden leaves,
feeling the mist settle on our shoulders.
I love Ngựa Ô, and I love you too.

It has been a year since we parted ways with Ngựa Ô.
Remembering Ngựa Ô is remembering those nights
when friends sang melancholic songs of exile.

It is recalling Nguyễn Ngọc Phong and Gửi Em, Đà Lạt,
Đinh Cường and Đoạn Ghi Đêm Centreville,
Nguyễn Minh Nữu and Mênh Mông Trời Bất Bạt,
Nguyễn Trọng Khôi and Giấc Mộng Trên Đồi Thơm.

Remembering Ngựa Ô is seeing that road again,
where the footsteps of my friends,
who came from distant lands—sometimes from halfway across the world—
left their marks.

Sitting together, we drank wine that burned in our eyes,
sitting together, we reminisced about a homeland far away.
The homeland is distant, the clouds drift by,
our wandering lives, like those drifting clouds.

Remembering Ngựa Ô is feeling the warmth of those familiar hands.
I love Ngựa Ô, and I love my friends.

ĐÀ LẠT VÀ CÂU CHUYỆN VỀ KHU VƯỜN THI SĨ

và bài thơ tôi viết đêm nay
là bài thơ sau bốn mươi năm
kể từ hôm tôi nắm tay em
chầm chậm đi qua Khu Hòa Bình
xuống con dốc Duy Tân
rẽ sang Hai Bà Trưng
và dừng lại nơi chiếc cầu Vĩnh Viễn

đêm ấy
Đà Lạt có một chút mưa bay
có tiếng hát của Lê Uyên Phương, của Phụng, của Tiên
của Nhượng, của Phong, của Triền, của Chức
em mặc chiếc áo dài màu xanh của miền đồi núi
đôi mắt hồn nhiên như một bài thơ tình

đi bên em trong đêm cao nguyên
tôi nói với em về ước mơ của chàng lãng tử
chàng lãng tử đưa em đến một khu rừng
và dừng lại bên dòng suối
nói với em rằng tôi yêu em
nói với em rằng tôi sẽ không xa em

đi bên em trong đêm cao nguyên
tôi nói với em về câu chuyện thần tiên
tôi và em đi đến một khu vườn
nơi mọi người chỉ biết yêu nhau
chỉ biết tặng nhau hoa, nụ cười và những bài thơ
tôi gọi đó là Vườn Thi Sĩ
em gật đầu cười rất nhẹ:
"em sẽ ở cùng anh trong khu vườn đó"
và bàn tay tôi vừa chạm trái tim em

DALAT ET L'HISTOIRE DU JARDIN DES POÈTES

Et le poème que j'écris cette nuit
est celui d'après quarante ans,
depuis le jour où j'ai pris ta main
et lentement traversé Khu Hòa Bình,
descendu la pente de Duy Tân,
tourné vers Hai Bà Trưng,
et nous sommes arrêtés sur le pont Vĩnh Viễn.

Cette nuit-là,
Đà Lạt était caressée par une fine pluie,
avec les chansons de Lê Uyên Phương, de Phụng, de Tiên,
de Nhượng, de Phong, de Triền, de Chức…
Tu portais une robe longue bleu profond des montagnes,
tes yeux innocents comme un poème d'amour.

Marchant à tes côtés dans la nuit des hauts plateaux,
je t'ai parlé du rêve d'un vagabond,
d'un vagabond qui t'emmènerait dans une forêt,
s'arrêterait au bord d'un ruisseau,
et te dirait qu'il t'aime,
te dirait qu'il ne te quittera jamais.

Marchant à tes côtés dans la nuit des hauts plateaux,
je t'ai raconté une histoire féerique.
Toi et moi, nous allions vers un jardin,
où les gens ne savaient que s'aimer,
où ils ne s'offraient que des fleurs, des sourires et des poèmes.
Je l'ai appelé Le Jardin des Poètes.
Tu as hoché la tête avec un doux sourire :
« Je resterai avec toi dans ce jardin. »
Et ma main a effleuré ton cœur.

DALAT AND THE STORY OF THE POETS' GARDEN

And the poem I write tonight
is the poem after forty years,
since the day I held your hand,
slowly walking through Khu Hòa Bình,
down the slope of Duy Tân,
turning onto Hai Bà Trưng,
and stopping at Vĩnh Viễn Bridge.

That night,
Đà Lạt was touched by a light drizzle,
with the songs of Lê Uyên Phương, of Phụng, of Tiên,
of Nhượng, of Phong, of Triền, of Chức…
You wore a long dress, the deep blue of the mountains,
your eyes innocent like a love poem.

Walking beside you in the highland night,
I told you about a wanderer's dream,
a wanderer who would take you to a forest,
stop by a stream,
and tell you that he loves you,
tell you that he will never leave you.

Walking beside you in the highland night,
I told you a fairytale.
You and I were heading to a garden,
where people knew only love,
where they gave each other only flowers, smiles, and poems.
I called it The Poets' Garden.
You nodded with a gentle smile:
"I will stay with you in that garden."
And my hand just touched your heart.

MAI KIA
TÔI LÀ HẠT BỤI

hạt bụi nào hóa kiếp thân tôi
để một mai tôi về làm cát bụi
(TRỊNH CÔNG SƠN)

năm tôi vừa mười một tuổi
quê tôi bom đạn tơi bời
bóng ma chiến tranh quay lại
hãi hùng ôi tuổi thơ tôi!

lớn lên dưới trời khói lửa
mẹ thương, lo từng bữa ăn
cha thương, lo từng giấc ngủ
chị thương, an ủi dỗ dành

rồi đến ngày tôi giã biệt
đường đời vạn nẻo tôi đi
đường đời trăm may nghìn rủi
vẫn mong có một ngày về

nhớ ngày tôi đi biển khóc
bóng cha tôi ở cuối đường
và cánh đồng trơ gốc rạ
đất còn thơm mãi mùi hương

nhớ ngày tôi đi mẹ khóc
ruộng vườn bỏ lại sau lưng
mây mù che ngang đèo Cả
đường xa mưa gió mịt mùng

tôi đi và tôi đi mãi
dừng chân ở lại cao nguyên
tưởng đâu đất lành chim đậu
nào ngờ đời vẫn chưa yên

tôi đi và tôi đi mãi
quê nhà bỏ lại sau lưng
quê người gian nan vất vả
đường xa mây khói mịt mùng

tôi đi và tôi đi mãi
tôi đi tìm một mái nhà
rồi một ngày kia dừng lại
bên rừng Scibilia

những chiều mùa thu lá rụng
những ngày lạnh buổi đầu đông
nhìn mây bay về cố xứ
nhớ quê hương đến thắt lòng

bây giờ còn mong chi nữa
tôi đi ở cuối con đường
mai kia tôi là hạt bụi
bay về phía Thái Bình Dương

UN JOUR, JE SERAI POUSSIÈRE

« Quelle poussière a formé mon corps,
Pour qu'un jour je redevienne poussière… »
— Trịnh Công Sơn

Quand j'avais à peine onze ans,
ma patrie était ravagée par les bombes.
Le spectre de la guerre était de retour,
terrifiant mon enfance.

J'ai grandi sous un ciel embrasé,
ma mère s'inquiétait pour chaque repas,
mon père veillait sur mes nuits,
ma sœur me consolait avec tendresse.

Puis vint le jour de l'adieu,
je pris la route, aux mille chemins.
Un destin semé de hasards et d'embûches,
mais toujours l'espoir d'un retour.

Je me souviens du jour où je partis :
la mer pleurait, mon père, silhouette au bout du chemin,
et les champs, dépouillés de leurs récoltes,
laissaient encore flotter un parfum de terre.

Je me souviens du jour où je partis :
ma mère pleurait,
je laissais les rizières derrière moi,
les nuages couvraient le col de Cả,
et la route s'effaçait sous la pluie battante.

Je suis parti, j'ai erré sans fin,
m'arrêtant quelque part sur les hauts plateaux,
pensant y trouver un refuge,
mais la vie ne m'a pas laissé en paix.

Je suis parti, j'ai erré sans fin,
laissant ma terre natale derrière moi.
La vie en exil était rude,
et la route toujours noyée de brume.

Je suis parti, j'ai erré sans fin,
cherchant un toit où m'abriter.
Un jour, j'ai fait halte
dans les forêts de Scibilia.

Les après-midis d'automne où les feuilles tombent,
les premiers jours glacés de l'hiver,
regardant les nuages flotter vers mon pays lointain,
mon cœur se serrait de nostalgie.

À présent, que puis-je encore espérer ?
Je marche vers la fin du chemin.
Un jour, je serai poussière,
portée par le vent vers le Pacifique.

ONE DAY, I WILL BE DUST

"What dust became my body,
So that one day I will return to dust..."
— Trịnh Công Sơn

When I was just eleven years old,
my homeland was torn apart by war.
The ghost of destruction returned,
haunting my childhood.

I grew up under skies filled with smoke,
my mother worried about every meal,
my father watched over my sleep,
my sister comforted me with love.

Then came the day of farewell,
I set off on roads unknown.
A journey full of fortune and misfortune,
but always with the hope of return.

I remember the day I left:
the sea wept, my father stood at the end of the road,
the fields lay barren,
but the earth still carried its familiar scent.

I remember the day I left:
my mother cried,
I left behind the rice paddies,
mist covered the Cả Pass,
and the road stretched endlessly through storm and rain.

I left, and I kept on walking,
pausing only in the highlands,
thinking I had found a peaceful refuge,
yet life remained uncertain.

I left, and I kept on walking,
leaving my homeland far behind.
The foreign land was full of hardships,
the road ahead shrouded in mist.

I left, and I kept on walking,
searching for a place to call home.
One day, I stopped
in the forests of Scibilia.

Autumn afternoons when the leaves fall,
the first cold days of winter,
watching clouds drift toward my distant homeland,
my heart tightened with longing.

Now, what more can I hope for?
I walk toward the end of my path.
One day, I will be dust,
carried away by the winds over the Pacific.

ĐÓA HOA HỒNG TRONG TUYẾT

thức dậy lúc ba giờ sáng
ngoài trời tuyết phủ mênh mông
tuyết ngập hồn người xa xứ
tuyết mù mịt cả miền đông

cùng em ra sân cào tuyết
gió đêm lạnh đến tê người
tuyết nhiều cào xong thấm mệt
và đôi chân bước rã rời

cùng em ra sân cào tuyết
biết là vất vả mà vui
chia nhau một đêm băng giá
ở vùng Bắc Mỹ xa xôi

cùng em ra sân cào tuyết
biết là vất vả mà vui
và cứ hồn nhiên em nhé
cùng tôi đi giữa cuộc đời

thức dậy lúc ba giờ sáng
ngoài trời tuyết trắng như bông
tôi yêu những bông tuyết trắng
và yêu em – đóa hoa hồng

UNE ROSE DANS LA NEIGE

Réveillé à trois heures du matin,
dehors, la neige recouvre tout.
La neige envahit l'âme de l'exilé,
la neige voile tout l'Est.

Avec toi, je sors déblayer la neige,
le vent de la nuit glace la peau.
La neige est lourde, l'effort nous épuise,
et nos pas deviennent vacillants.

Avec toi, je sors déblayer la neige,
c'est dur, mais cela nous rend heureux.
Partager une nuit glaciale
dans cette lointaine Amérique du Nord.

Avec toi, je sors déblayer la neige,
c'est dur, mais cela nous rend heureux.
Alors, sois toujours insouciante,
marche avec moi à travers la vie.

Réveillé à trois heures du matin,
dehors, la neige blanche comme du coton.
J'aime ces flocons immaculés,
et je t'aime, toi – ma rose en hiver.

A ROSE IN THE SNOW

Waking up at three in the morning,
outside, the snow covers everything.
Snow fills the heart of the exile,
snow blankets the entire East.

With you, I step outside to clear the snow,
the night wind chills us to the bone.
The snow is deep, the effort exhausting,
and our steps grow weary.

With you, I step outside to clear the snow,
it's hard, but it makes us happy.
Sharing a freezing night
in this distant North America.

With you, I step outside to clear the snow,
it's hard, but it makes us happy.
So stay carefree, my love,
walk with me through this life.

Waking up at three in the morning,
outside, the snow is white as cotton.
I love these pure white snowflakes,
and I love you – my rose in the snow.

MÙA THU ĐỨC TRỌNG

đọc lại một bài thơ cũ
nhớ thời tôi mới quen em
lần đầu em về Đức Trọng
mùa thu lá rụng bên thềm

em ơi mùa thu năm ấy
là mùa thu của riêng mình
bàn chân em vừa dừng lại
bên dòng Đa Nhim lung linh

em ơi mùa thu năm ấy
là mùa thu của hẹn hò
của ngày bên nhau quấn quít
của đêm về mộng và mơ

em ơi mùa thu năm ấy
là mùa thu của muôn đời
bàn chân nhẹ nhàng bước tới
đi bên cạnh cuộc đời tôi

rồi từ mùa thu năm ấy
thương em cho đến bây giờ
hơn bốn mươi năm rồi đó
mùa thu Đức Trọng, ngày xưa…

L'AUTOMNE À ĐỨC TRỌNG

Je relis un vieux poème,
me souvenant du temps où je t'ai connue.
La première fois que tu es venue à Đức Trọng,
l'automne laissait tomber ses feuilles sur le seuil.

Oh mon amour, cet automne-là,
c'était un automne rien qu'à nous.
Tes pas se sont arrêtés un instant
au bord de la rivière Đa Nhim scintillante.

Oh mon amour, cet automne-là,
c'était l'automne de nos rendez-vous,
des jours passés l'un près de l'autre,
des nuits remplies de rêves et d'espoirs.

Oh mon amour, cet automne-là,
c'était l'automne de toute une vie,
quand tes pas légers t'ont menée
à marcher à mes côtés pour toujours.

Et depuis cet automne-là,
je t'aime encore et toujours.
Plus de quarante ans ont passé,
l'automne de Đức Trọng, d'antan…

AUTUMN IN ĐỨC TRỌNG

I reread an old poem,
remembering the time when I first met you.
The first time you came to Đức Trọng,
autumn leaves were falling on the doorstep.

Oh my love, that autumn,
was an autumn just for us.
Your footsteps paused for a moment
by the shimmering Đa Nhim River.

Oh my love, that autumn,
was the autumn of our rendezvous,
of days spent close together,
of nights filled with dreams and hopes.

Oh my love, that autumn,
was the autumn of a lifetime,
when your gentle steps led you
to walk beside me forever.

And since that autumn,
I have loved you until this very day.
More than forty years have passed,
the autumn of Đức Trọng, long ago…

TÔI ĐI DƯỚI TRỜI ĐÔNG BẮC

Nhớ 42 Võ Tánh, Đà Lạt

bây giờ mùa đông trở lại
rừng xơ xác ngọn điêu tàn
bầy chim bay xa trốn tuyết
trong sương mù tôi lang thang

ôm đàn qua thung lũng Fox
so dây ghi lại đời mình
một thời chiến tranh - tuổi trẻ
một thời Đà Lạt và em

ôm đàn đứng bên vách núi
so dây chơi một đoạn buồn (*)
đoạn cho một thời xa xứ
đoạn thương và nhớ quê hương

bây giờ mùa đông trở lại
rừng xao xác gió sang mùa
tôi đi dưới trời Đông Bắc
thương và nhớ quá ngày xưa

Virginia, 14.12.2015

(*) Trong bài hát MỘNG VỀ của Hà Thúc Sinh

JE MARCHE SOUS LE CIEL DU NORD-EST

En souvenir du 42 Võ Tánh, Đà Lạt

L'hiver est de retour,
la forêt dépouillée se meurt,
les oiseaux s'envolent loin de la neige,
et je vagabonde dans le brouillard.

Je prends ma guitare et traverse la vallée de Fox,
accordant les cordes pour raconter ma vie :
un temps de guerre – une jeunesse perdue,
un temps de Đà Lạt – un temps avec toi.

Je prends ma guitare et me tiens au bord de la falaise,
accordant les cordes pour jouer un air mélancolique (*),
un air pour les jours d'exil,
un air empli d'amour et de nostalgie pour mon pays.

L'hiver est de retour,
le vent souffle sur la forêt endormie,
je marche sous le ciel du Nord-Est,
tant d'amour et tant de souvenirs du passé.

Virginia, le 14 décembre 2015

(*) Dans la chanson Mộng Về de Hà Thúc Sinh.

I WALK UNDER THE NORTHEAST SKY

In memory of 42 Võ Tánh, Đà Lạt

Winter has returned,
the forest stands desolate and withered,
flocks of birds flee from the snow,
and I wander through the mist.

I take my guitar and cross Fox Valley,
tuning the strings to recount my life:
a time of war – a lost youth,
a time of Đà Lạt – a time with you.

I take my guitar and stand by the cliffside,
tuning the strings to play a sorrowful tune (*),
a tune for the days of exile,
a tune filled with love and longing for my homeland.

Winter has returned,
the wind stirs the silent woods,
I walk under the Northeast sky,
so much love, so many memories of the past.

Virginia, December 14, 2015

(*) From the song Mộng Về by Hà Thúc Sinh.

TÔI ĐANG VẼ TÂM HỒN CỦA BẠN

tặng anh Trương Vũ

khi tôi ngồi trước giá vẽ
bắt đầu những nét chấm phá phác thảo chân dung bạn
đôi mắt của bạn có thể mơ màng hay đầy nghị lực
khuôn mặt của bạn có thể ưu tư hay hồn nhiên
vai của bạn có thể thẳng hay nghiêng
sao cũng được
miễn là bạn phải là bạn

tôi là họa sĩ tự nguyện chọn những nhân vật mà mình muốn vẽ
khuôn mặt mỗi người có thể khác nhau
nhưng những nhân vật tôi chọn đều có một điểm giống nhau:
các bạn là người có một tâm hồn đẹp
tôi tin điều đó
và khi vẽ chân dung bạn
có nghĩa là tôi vẽ tâm hồn của bạn
tôi vẽ tấm lòng nhân hậu của bạn
và cuối cùng nếu chúng ta có được bức chân dung đẹp
thì chính bạn là người góp một phần rất lớn trong việc sáng tạo
ra tác phẩm đó

khi tôi ngồi trước giá vẽ
bắt đầu những vệt sơn dầu vẽ chân dung bạn
bạn ngồi đó nhiều tiếng đồng hồ
trên chiếc ghế dành cho người mẫu
có lúc bạn sẽ rất mệt mỏi và ngủ gục
thì cứ ngủ, không sao đâu
vì tôi đang vẽ tâm hồn của bạn mà
một tâm hồn luôn luôn tỉnh thức
và lúc này đây
bạn hãy nghĩ về những người mà bạn yêu thương nhất
đất nước của bạn
gia đình của bạn
bạn bè của bạn
những ân nhân trong cuộc đời bạn
để khuôn mặt của bạn trên bức chân dung
sẽ là một khuôn mặt tràn đầy yêu thương và thánh thiện

JE SUIS EN TRAIN DE PEINDRE TON ÂME

À Trương Vũ

Quand je m'assois devant mon chevalet,
commençant à esquisser les traits de ton portrait,
tes yeux peuvent être rêveurs ou pleins de détermination,
ton visage peut être soucieux ou insouciant,
tes épaules peuvent être droites ou inclinées—
peu importe,
tant que tu restes toi-même.

Je suis un peintre qui choisit librement les personnages qu'il veut peindre.
Les visages peuvent être différents,
mais tous ceux que je choisis ont un point commun :
vous avez une belle âme.
J'en suis convaincu.
Et en peignant ton portrait,
je peins ton âme,
je peins ta bonté.
Et si, à la fin, nous obtenons un beau portrait,
c'est parce que tu as contribué largement à la création de cette œuvre.

Quand je m'assois devant mon chevalet,
appliquant les premières touches d'huile sur ta toile,
tu restes assis des heures entières
sur la chaise du modèle.
Parfois, tu seras fatigué et tu t'endormiras.
Alors dors, ce n'est pas grave,
car je suis en train de peindre ton âme,
une âme toujours éveillée.
Et en cet instant,
pense aux êtres que tu aimes le plus :
ton pays,
ta famille,
tes amis,
les bienfaiteurs de ta vie.
Ainsi, sur le tableau,
ton visage sera un visage empli d'amour et de lumière.

I AM PAINTING YOUR SOUL

For Trương Vũ

When I sit before my easel,
beginning to sketch your portrait,
your eyes may be dreamy or full of determination,
your face may be thoughtful or carefree,
your shoulders may be straight or slightly tilted—
it doesn't matter,
as long as you are yourself.

I am a painter who freely chooses the subjects I want to paint.
Each face may be different,
but all those I choose have one thing in common:
you have a beautiful soul.
I truly believe that.
And when I paint your portrait,
I am painting your soul,
I am painting your kindness.
And in the end, if we create a beautiful portrait,
it is because you played a major role in bringing it to life.

When I sit before my easel,
laying the first strokes of oil on the canvas,
you sit for hours
on the model's chair.
At times, you may grow tired and doze off.
Then sleep—it's all right,
because I am painting your soul,
a soul that is always awake.
And in this moment,
think of the people you love most:
your country,
your family,
your friends,
the benefactors of your life.
So that in the portrait,
your face will shine with love and serenity

SAU BA MƯƠI LĂM NĂM CHƯA MỘT LẦN TRỞ LẠI QUÊ NHÀ

Gửi Tân và Lily

Bệnh viện Centre Hospitalier
phòng 1004
anh tôi nằm trên giường bệnh, hơi thở mệt nhọc
người con trai duy nhất của anh ngồi bên cạnh, buồn bã
(mẹ mất sớm, hai cha con lưu lạc sang đất Pháp, nương tựa vào nhau)
tôi ngồi trong góc phòng, tim đau nhói
có tiếng gõ cửa phòng
một bác sĩ với khuôn mặt hiền từ và mái tóc bồng bềnhnghệ sĩ bước vào
ông thăm mạch bệnh nhân rồi nhẹ nhàng nói với cháutôi:
- Cha của anh sẽ ra đi trong một thời gian không xa, anh nên sắp xếp ở lại trong bệnh viện đêm nay để chia tay ông ấy.

Lại có tiếng gõ cửa
một bác sĩ khác bước vào
bà là bác sĩ tâm lý, đến để chuẩn bị tâm lý cho cháu tôikhi phải vĩnh biệt người cha yêu dấu
vĩnh biệt người cha đã trọn một đời hy sinh cho con
5 phút …
10 phút …
thời gian cứ lạnh lùng trôi đi
đột nhiên cháu tôi ôm chặt lấy anh tôi
- Ba cháu đi rồi, chú ơi!
tôi nhìn đồng hồ
5 giờ 20 phút chiều ngày 12 tháng 9 năm 2019
anh tôi vừa trút hơi thở cuối cùng
sau 35 năm ra đi chưa một lần trở lại quê nhà
cũng như nhiều người đồng hương khác
anh sinh ở Việt Nam và mất ở quê người.

Bệnh viện Centre Hospitalier
phòng 1004
dưới ánh đèn lờ mờ có ba người đàn ông
một người nằm bất động trên chiếc giường định mệnh
một người ngồi khóc, ngất lên xỉu xuống
tôi đỡ vai cháu tôi
và làm chỗ dựa cho cháu trong giờ phút đau buồn này
rồi thì im lặng
im lặng
nhiều tiếng đồng hồ trôi qua
- Ba cháu có dặn cháu sẽ mai táng hay hỏa táng ông ấy không?
- Không, thưa chú, nhưng chú ơi, bao nhiêu năm qua cha con có nhau, giờ ba đi rồi, con sẽ xây cho ba một ngôi mộ, con cần một nơi để còn thăm viếng…
tôi nghe giọng cháu tôi thì thầm trong đêm
- Con cần một nơi để còn thăm viếng… Con cần một nơi để còn thăm viếng…

Ngày 18 tháng 9 năm 2019
anh tôi yên nghỉ ở nghĩa trang Athis-Mons, ngoại ô Paris
đúng với ước nguyện của cháu tôi: con cần một nơi để còn thăm viếng
và anh tôi sinh ở Việt Nam, qua đời trên đất Pháp
sau 35 năm ra đi chưa một lần trở lại quê nhà.

APRÈS TRENTE-CINQ ANS, PAS UNE SEULE FOIS RETOURNÉ AU PAYS NATAL

À Tân et Lily

Centre Hospitalier,
chambre 1004.
Mon frère est allongé sur le lit d'hôpital, respirant avec difficulté.
Son fils unique est assis à ses côtés, le regard triste.
(Sa mère est partie trop tôt, père et fils ont erré jusqu'en France, ne comptant que l'un sur l'autre.)
Moi, assis dans un coin de la chambre, le cœur serré.

On frappe à la porte.
Un médecin entre, un homme au visage bienveillant et aux cheveux ondulés d'artiste.
Il examine le patient, puis dit doucement à mon neveu :
— Votre père s'en ira bientôt. Vous devriez rester cette nuit à l'hôpital pour lui faire vos adieux.

On frappe à nouveau.
Une autre médecin entre, une psychologue, venue préparer mon neveu
au moment où il devra dire adieu à son père bien-aimé,
cet homme qui a consacré toute sa vie à son fils.

Cinq minutes…
Dix minutes…
Le temps s'écoule, indifférent.
Soudain, mon neveu étreint mon frère,
— Papa est parti, oncle…

Je regarde l'horloge.
17 h 20, le 12 septembre 2019.
Mon frère vient de rendre son dernier souffle,
après trente-cinq ans d'exil,
sans jamais être retourné une seule fois au pays natal.
Comme tant d'autres compatriotes,
il est né au Vietnam et s'est éteint en terre étrangère.

Centre Hospitalier,
chambre 1004.
Sous la lumière tamisée, trois hommes.
L'un, allongé, immobile sur le lit du destin.
L'autre, en pleurs, s'évanouissant de chagrin.
Je soutiens mon neveu,
lui servant d'appui dans cette heure douloureuse.

Puis, le silence.
Le silence.
Les heures passent.

— Ton père t'a-t-il dit s'il souhaitait être enterré ou incinéré ?
— Non, oncle… mais… toute ma vie, nous n'étions que lui et moi. Maintenant qu'il est parti, je veux lui bâtir une tombe… J'ai besoin d'un endroit où aller le voir…

J'entends la voix de mon neveu murmurer dans la nuit :
— J'ai besoin d'un endroit où aller le voir… J'ai besoin d'un endroit où aller le voir…

Le 18 septembre 2019,
mon frère repose en paix au cimetière d'Athis-Mons, en banlieue parisienne,
selon le vœu de mon neveu : J'ai besoin d'un endroit où aller le voir.
Et mon frère, né au Vietnam, est mort en France,
après trente-cinq ans d'exil,
sans jamais être retourné une seule fois au pays natal.

AFTER THIRTY-FIVE YEARS, NEVER ONCE RETURNING TO THE HOMELAND

For Tân and Lily

Centre Hospitalier,
Room 1004.
My brother lay on the hospital bed, his breath labored.
His only son sat beside him, sorrowful.
(His mother passed away early, father and son wandered to France, relying only on each other.)
I sat in a corner of the room, my heart aching.

A knock on the door.
A doctor entered—his face kind, his wavy hair like that of an artist.
He checked my brother's pulse, then gently told my nephew:
— Your father will leave soon. You should stay at the hospital tonight to say your goodbyes.

Another knock.
A second doctor entered—a psychologist,
here to help my nephew prepare
for the moment he must bid farewell to his beloved father,
the man who dedicated his life to his son.

Five minutes…
Ten minutes…
Time passed, indifferent.
Suddenly, my nephew clung to my brother.
— Dad is gone, uncle…

I looked at the clock.
5:20 PM, September 12, 2019.
My brother had just taken his last breath,
after thirty-five years away,
never once returning to his homeland.
Like so many others from our country,
he was born in Vietnam and died in a foreign land.

Centre Hospitalier,
Room 1004.
Under the dim light, three men.
One lay motionless on the bed of fate.
One sat weeping, collapsing with grief.
I held my nephew,
offering him support in this moment of sorrow.

Then, silence.
Silence.
Hours passed.

— Did your father tell you whether he wanted to be buried or cremated?
— No, uncle… but… for so many years, it was just the two of us. Now that he's gone, I want to build him a grave… I need a place to visit him…

I heard my nephew's voice whisper into the night:
— I need a place to visit him… I need a place to visit him…

On September 18, 2019,
my brother was laid to rest at Athis-Mons cemetery, on the outskirts of Paris,
fulfilling my nephew's wish: I need a place to visit him.
And my brother, born in Vietnam, passed away in France,
after thirty-five years away,
never once returning to his homeland.

BỐN NĂM SAU NGÀY ANH ĐINH CƯỜNG RA ĐI

bốn năm sau ngày anh Đinh Cường ra đi
Chân Phương cũng ra đi
Trần Doãn Nho dọn về Texas
Nguyễn Trọng Khôi và Mai Phúc cũng sẽ dọn về nơi đó
chỉ còn Nguyễn Ngọc Phong ở lại Boston với Tôn Nữ Phú
chỉ còn Nguyễn Ngọc Yến ở lại New Jersey với Trần Hoài Thư
không còn nữa những chuyến xe xuôi Nam với những cuốn sách, những bức tranh sơn dầu và cây đàn guitar
không còn nữa những đêm ngồi bên nhau hát khúc nhạc buồn thương nhớ quê hương xa vời vợi

bốn năm sau ngày anh Đinh Cường ra đi
những buổi gặp gỡ ở miền Đông thưa thớt dần
tôi trở lại Sài Gòn Quán
Sài Gòn Quán đóng cửa
tôi tạt vào Saxbys Coffee
Saxbys Coffee đóng cửa
tôi tìm đến Le Bledo
Le Bledo đóng cửa
tôi trở lại Tong Thái
Tong Thái đóng cửa
tôi ghé qua Phở Xe Lửa
Phở Xe Lửa của ông Toàn Bò đóng cửa
tôi đến thăm Gallery Lạc Việt
Gallery Lạc Việt cũng đóng cửa
đóng cửa đóng cửa đóng cửa
những nơi chúng tôi thường lui tới bây giờ đóng cửa hết rồi
còn chăng là nỗi ngậm ngùi và luyến tiếc những ngàytháng êm đềm giờ chỉ còn trong hoài niệm

bốn năm sau ngày anh Đinh Cường ra đi
miền Đông xơ xác trong cơn đại dịch
muốn đến Studio Trương Vũ xem những bức tranh mới vẽ
nhưng không thể
muốn nâng ly cùng các anh Nguyễn Mạnh Hùng, Nguyễn
Tường Giang, Phạm Nhuận, Đặng Đình Khiết, Phạm Thành
Châu... nhưng không thể
muốn cụng ly cùng các bạn Nguyễn Minh Nữu, Nguyễn
Quang, Nguyễn Thị Thanh Bình, Trần Anh Chương, Đinh
Trường Chinh... nhưng không thể
các bạn tôi, nhà nào cũng đóng cửa
stay-at-home, stay-at-home, stay-at-home

bốn năm sau ngày anh Đinh Cường ra đi
miền Đông bây giờ tiêu điều trong cơn đại dịch
hàng quán im lìm phố xá hoang vu
muốn ghé Starbucks ngồi nhâm nhi một ly cà phênhưng
không thể
drive-thru only
không còn nghe tiếng nhạc xập xình phát ra từ sân nhà người
hàng xóm Mễ Tây Cơ mỗi chiều thứ Bảy
không còn thấy nụ cười hiền hòa của người miền Đông vì
những chiếc khẩu trang che mất
chỉ còn những ánh mắt nhìn nhau ngơ ngác
thầm hỏi nhau: miền đông rồi sẽ ra sao?
thầm hỏi nhau: chúng ta rồi sẽ ra sao?

QUATRE ANS APRÈS LE DÉPART DE ĐINH CƯỜNG

Quatre ans après le départ de Đinh Cường,
Chân Phương est parti aussi.
Trần Doãn Nho a déménagé au Texas.
Nguyễn Trọng Khôi et Mai Phúc s'y installeront aussi.
Seuls Nguyễn Ngọc Phong reste à Boston avec Tôn Nữ Phú,
et Nguyễn Ngọc Yến reste dans le New Jersey avec Trần Hoài Thư.

Plus de voyages vers le Sud avec des livres,
des peintures à l'huile et une guitare.
Plus de nuits passées ensemble
à chanter des chansons pleines de nostalgie
pour une patrie lointaine et perdue.

Quatre ans après le départ de Đinh Cường,
les rencontres sur la côte Est se font de plus en plus rares.
Je suis retourné au Sài Gòn Quán – fermé.
Je suis passé chez Saxbys Coffee – fermé.
J'ai cherché Le Bledo – fermé.
Je suis revenu chez Tong Thái – fermé.
Je suis allé à Phở Xe Lửa – fermé.
Je suis passé voir la Galerie Lạc Việt – fermée.
Fermé, fermé, fermé…
Tous ces lieux que nous fréquentions autrefois ont fermé leurs portes.
Il ne reste que la mélancolie et la nostalgie
des jours heureux qui ne sont plus que souvenirs.

Quatre ans après le départ de Đinh Cường,
la côte Est est ravagée par la pandémie.
J'aimerais passer à l'atelier de Trương Vũ
pour voir ses nouvelles peintures – impossible.
J'aimerais lever mon verre avec Nguyễn Mạnh Hùng,
Nguyễn Tường Giang, Phạm Nhuận, Đặng Đình Khiết, Phạm
Thành Châu… – impossible.
J'aimerais trinquer avec Nguyễn Minh Nữu, Nguyễn Quang,
Nguyễn Thị Thanh Bình, Trần Anh Chương, Đinh Trường
Chinh… – impossible.
Tous mes amis, retranchés chez eux.
Stay-at-home, stay-at-home, stay-at-home…

Quatre ans après le départ de Đinh Cường,
la côte Est est dévastée par la pandémie.
Les rues sont désertes, les commerces silencieux.
J'aimerais m'arrêter chez Starbucks
et savourer un café – impossible.
Drive-thru only.
On n'entend plus la musique vibrante
des voisins mexicains le samedi soir.
On ne voit plus les sourires chaleureux de la côte Est,
cachés derrière les masques.
Seulement des regards perdus,
se demandant en silence :
Que deviendra la côte Est ?
Que deviendrons-nous ?

FOUR YEARS AFTER ĐINH CƯỜNG'S PASSING

Four years after Đinh Cường's passing,
Chân Phương has left too.
Trần Doãn Nho has moved to Texas.
Nguyễn Trọng Khôi and Mai Phúc will soon move there as well.
Only Nguyễn Ngọc Phong remains in Boston with Tôn Nữ Phú,
Only Nguyễn Ngọc Yến stays in New Jersey with Trần Hoài Thư.

No more road trips south with books,
oil paintings, and a guitar.
No more nights sitting together,
singing sorrowful songs,
longing for a distant homeland.

Four years after Đinh Cường's passing,
gatherings in the East have become fewer and fewer.
I returned to Sài Gòn Quán – closed.
I stopped by Saxbys Coffee – closed.
I looked for Le Bledo – closed.
I went back to Tong Thái – closed.
I dropped by Phở Xe Lửa – closed.
I visited Lạc Việt Gallery – closed.
Closed, closed, closed…
All the places we used to visit have shut their doors.
All that remains is the sorrow and longing
for the peaceful days that now exist only in memory.

Four years after Đinh Cường's passing,
the East Coast is desolate in the grip of a pandemic.
I want to visit Trương Vũ's studio
to see his latest paintings – but I cannot.
I want to raise a glass with Nguyễn Mạnh Hùng,
Nguyễn Tường Giang, Phạm Nhuận, Đặng Đình Khiết, Phạm Thành Châu… – but I cannot.
I want to toast with Nguyễn Minh Nữu, Nguyễn Quang, Nguyễn Thị Thanh Bình, Trần Anh Chương, Đinh Trường Chinh… – but I cannot.
All my friends, locked inside their homes.
Stay-at-home, stay-at-home, stay-at-home…

Four years after Đinh Cường's passing,
the East Coast now stands barren in the pandemic's wake.
Shops are silent, streets abandoned.
I want to stop by Starbucks,
sip a coffee – but I cannot.
Drive-thru only.
No longer do I hear
the rhythmic music from my Mexican neighbors on Saturday evenings.
No longer do I see the warm smiles of the East Coast,
hidden now behind masks.
Only bewildered eyes remain,
silently asking one another:
What will become of the East Coast?
What will become of us?

ƯỚC MƠ CỦA MYLA

Ước mơ của Myla thật đơn giản:
chỉ mong sao đủ tuổi để đi học
để được mang ba-lô cùng chị Hazel đến trường.

Mùa hè vừa rồi mẹ mua cho Myla một chiếc ba-lô
chuẩn bị đến tháng 9 này sẽ vào mẫu giáo
Myla thích lắm
đêm, Myla ôm chiếc ba-lô nằm ngủ
ngày, Myla mang ba-lô chạy tung tăng trong nhà
đếm từng ngày chờ buổi tựu trường
rồi tháng 9 cũng đến
rồi ngày tựu trường cũng đến
nhưng cơn đại dịch vẫn còn đó
những con virus vẫn nằm ì ra đó
những con virus như những con quái vật vô hình
chẳng thấy nó ở đâu
nhưng ở đâu cũng thấy nó
con đường làng dẫn đến trường Lees Corner mọi năm rộn rã tiếng cười (1)
bây giờ vắng hoe, im ắng
những chiếc school bus màu vàng nằm bất động không đưa đón học sinh
vì trường học không mở cửa
học trò học ở nhà qua hệ thống eLearning
Myla mang ba-lô ngồi trước laptop
nghe cô giáo giảng bài
nghe cô giáo hướng dẫn các trò chơi
vẫy tay chào các bạn qua chiếc màn hình nhỏ
năm học đầu tiên của Myla ở trường Lees Corner lànhư vậy đó
mai sau Myla chắc sẽ ngỡ ngàng

khi có ai đọc cho nghe đoạn văn này trong bài "Tôi Đi học " của Thanh Tịnh:

"… Buổi sáng mai hôm ấy, một buổi mai đầy sương thu và gió lạnh. Mẹ tôi âu yếm nắm tay tôi dẫn đi trên con đường làng dài và hẹp. Con đường này tôi đã quen đi lại lắm lần, nhưng lần này tự nhiên tôi thấy lạ. Cảnh vật chung quanh tôi đều thay đổi, vì chính lòng tôi đang có sự thay đổi lớn: Hôm nay tôi đi học…"

Tháng 9, tháng 10, rồi tháng 11
ba tháng đã trôi qua
những con quái vật vô hình vẫn còn đó
trường học vẫn tiếp tục đóng cửa
Myla vẫn tiếp tục đợi chờ...
hôm trước, Myla theo chị và mẹ ghé nhà
khuôn mặt rạng rỡ, ba-lô trên lưng
- Hôm nay hai chị em đi đâu vậy?
- Dạ, đi đến trường nhận thức ăn free của nhà trường (2)
- Ai là người được nhận thức ăn free?
- Ai cũng được cả, mình cần cứ đến nhận
- Đi nhận thức ăn chứ đâu phải đi học mà mang ba-lô?
Myla cười hồn nhiên:
- Thì cứ tưởng tượng là mình đang đi học để được mang ba-lô cùng chị Hazel đến trường.

Virginia, 30.11.2020

(1) Trường tiểu học Lees Corner ở thành phố Fairfax, Virginia. Trường thu nhận học sinh mẫu giáo 5 tuổi vàcác lớp 1, 2, 3, 4, 5, 6.

(2) Do dịch Covid-19, công chức phải làm việc ở nhà qua hệ thống telework, học trò phải học ở nhà qua hệ thống eLearning. Hàng ngày, các trường học có thức ăn miễn phí dành cho học sinh nhằm giúp phụ huynh và học sinh tiết kiệm thì giờ, tập trung vào việc làm và việc học hành.

LE RÊVE DE MYLA

Le rêve de Myla est très simple :
elle souhaite seulement avoir l'âge d'aller à l'école,
de pouvoir porter son sac à dos
et d'accompagner sa sœur Hazel en classe.

L'été dernier, maman a acheté un sac à dos pour Myla,
en préparation pour son entrée en maternelle en septembre.
Myla était ravie !
La nuit, elle s'endormait en serrant son sac à dos.
Le jour, elle le portait et courait partout dans la maison,
comptant les jours avant la rentrée scolaire.

Puis septembre est arrivé,
et avec lui le jour tant attendu de la rentrée.
Mais la pandémie était toujours là.
Les virus étaient toujours présents,
comme des monstres invisibles :
on ne les voyait nulle part,
mais ils semblaient être partout.

La route du village menant à l'école Lees Corner,
habituellement remplie de rires d'enfants,
était désormais vide et silencieuse.
Les bus scolaires jaunes restaient immobiles,
car les écoles n'avaient pas rouvert.
Les élèves devaient apprendre à la maison,
via le système d'apprentissage en ligne.

Myla, son sac à dos sur le dos,
s'asseyait devant son ordinateur portable,
écoutant la maîtresse donner ses leçons,
expliquant les jeux à travers l'écran.
Elle saluait ses camarades d'un geste de la main,
derrière son petit écran.
C'était ainsi que Myla vivait sa première année scolaire à Lees Corner.

Un jour, plus tard, Myla sera sûrement étonnée
si quelqu'un lui lit cet extrait de "Je vais à l'école" de Thanh Tịnh :

"... Ce matin-là, un matin d'automne brumeux et froid.
Ma mère me tenait tendrement la main
et me guidait sur le long chemin étroit du village.
Ce chemin, je l'avais parcouru tant de fois,
mais cette fois-ci, il me semblait étrangement différent.
Tout autour de moi avait changé,
car en moi-même, un grand changement s'opérait :
Aujourd'hui, j'allais à l'école..."

Septembre, octobre, novembre...
Trois mois se sont écoulés.
Les monstres invisibles étaient toujours là.
Les écoles restaient fermées.
Myla continuait d'attendre...

L'autre jour, Myla est venue me rendre visite
avec sa sœur et sa mère,
le visage rayonnant,
son sac à dos sur le dos.

— Où allez-vous aujourd'hui, toutes les deux ?
— Nous allons à l'école chercher les repas gratuits.
— Qui peut recevoir ces repas ?
— Tout le monde. Il suffit d'y aller.
— Mais pourquoi porter un sac à dos
juste pour aller chercher un repas ?

Myla a souri, innocente :
— C'est pour imaginer que je vais à l'école,
que je peux porter mon sac à dos
et marcher avec Hazel jusqu'à l'école.

Virginia, le 30 novembre 2020

(1) L'école primaire Lees Corner, située à Fairfax, en Virginie, accueille des élèves de maternelle (5 ans) et des classes de 1re à 6e année.
(2) En raison de la pandémie de Covid-19, les fonctionnaires travaillaient à domicile via le télétravail, et les élèves suivaient leurs cours en ligne. Chaque jour, les écoles distribuaient des repas gratuits aux élèves afin d'aider les parents à se concentrer sur leur travail et l'éducation de leurs enfants.

MYLA'S DREAM

Myla's dream is very simple:
she just wants to be old enough to go to school,
to carry a backpack,
and to walk to class with her sister Hazel.

Last summer, Mom bought Myla a backpack,
getting her ready for kindergarten in September.
Myla was so excited!
At night, she hugged her backpack as she slept.
During the day, she wore it while running around the house,
counting the days until the school year began.

Then September came,
and with it, the long-awaited first day of school.
But the pandemic was still there.
The virus still lingered,
like invisible monsters—
nowhere to be seen,
yet everywhere at the same time.

The village road leading to Lees Corner Elementary,
usually filled with laughter,
was now empty and silent.
The yellow school buses stood still,
no longer picking up students,
because the schools had not reopened.
Children had to learn from home,
through the eLearning system.

Myla, wearing her backpack,
sat in front of her laptop,
listening to her teacher's lessons,
following her instructions for the games,
waving to her classmates through a tiny screen.
This was how Myla's first year at Lees Corner began.

One day, when she is older, Myla will surely be surprised
if someone reads her this passage from "I'm Going to School"
by Thanh Tịnh:

"… That morning, a misty autumn morning with chilly winds.
My mother held my hand tenderly
and led me down the long, narrow village road.
I had walked this road so many times,
but this time, everything felt different.
The world around me seemed to have changed
because something inside me was changing too:
Today, I was going to school…"

September, October, November…
Three months had passed.
The invisible monsters were still there.
Schools remained closed.
Myla kept waiting…

The other day, Myla came to visit me
with her sister and mother,
her face beaming,
her backpack strapped on.

— Where are you two going today?
— We're going to school to pick up free meals.
— Who can receive these free meals?
— Anyone. If you need it, you can go and get it.
— But why wear a backpack
just to pick up food?

Myla smiled, innocent as ever:
— So I can pretend I'm going to school,
walking with Hazel, wearing my backpack.

Virginia, November 30, 2020

(1) Lees Corner Elementary in Fairfax, Virginia, enrolls kindergarten students (age 5) and grades 1–6.
(2) Due to the Covid-19 pandemic, government employees worked remotely through telework, and students studied from home via eLearning. Every day, schools provided free meals to students to help families save time and focus on work and education.

QUÀ SINH NHẬT CHO EM

ra vườn trong sương sớm
hái mấy đóa hồng nhung
tặng em, mừng sinh nhật
chim hót vang khu vườn

bao nhiêu năm chung sống
có lúc gạo không còn
có khi rau cũng hết
cửa nhà thì trống trơn

vẫn đi về phía trước
gian khổ cùng chia nhau
hạnh phúc là có thật
từ tình yêu nhiệm mầu

bao nhiêu năm chung sống
em là cô vợ hiền
em là người bạn tốt
em là một bà tiên

em đã cho tôi hiểu
đời chỉ sống một lần
giữ tấm lòng chung thủy
cho người mình yêu thương

ra vườn trong sương sớm
buổi sáng thật êm đềm
một nụ hôn, em nhé
chúc mừng sinh nhật em

CADEAU D'ANNIVERSAIRE POUR TOI

Je vais au jardin dans la brume du matin,
cueillir quelques roses rouges,
te les offrir pour ton anniversaire,
tandis que les oiseaux chantent à tue-tête dans le jardin.

Après tant d'années passées ensemble,
il y eut des jours où le riz manquait,
des jours où même les légumes venaient à disparaître,
et où la maison était vide.

Mais nous avons toujours avancé,
partageant joies et épreuves,
car le bonheur est bien réel,
né de cet amour merveilleux.

Après tant d'années passées ensemble,
tu es une épouse douce et aimante,
une amie fidèle et précieuse,
une fée bienveillante.

Grâce à toi, j'ai compris
que la vie ne se vit qu'une seule fois,
et que la fidélité du cœur
est le plus beau cadeau que l'on puisse offrir à celui qu'on aime.

Je vais au jardin dans la brume du matin,
un matin paisible et doux.
Un baiser, mon amour,
et un joyeux anniversaire à toi

BIRTHDAY GIFT FOR YOU

I step into the garden in the early morning mist,
picking a few red roses,
to give you for your birthday,
while birds sing joyfully in the garden.

After so many years together,
there were days when we had no rice,
days when even vegetables were gone,
and the house was left bare.

Yet we kept moving forward,
sharing hardships and joys,
for happiness is real,
born from a love so wonderful.

After so many years together,
you are a kind and loving wife,
a loyal and cherished friend,
a gentle fairy in my life.

You have taught me
that we only live once,
that staying faithful
is the greatest gift for the one we love.

I step into the garden in the early morning mist,
a peaceful and tender morning.
A kiss for you, my love,
and happy birthday to you.

RỒI MỘT HÔM CHIM BAY VỀ NÚI CŨ

rồi một hôm chim bay về núi cũ
đậu trên triền vách đá cheo leo
nhìn xuống dưới: một trần gian khốn khổ
chìm trong cơn đại dịch tiêu điều

nhìn xuống dưới: những con đường vắng ngắt
những căn nhà cửa đóng then cài
những tiếng thở dài trong đêm bão rớt
những phận người không biết được ngày mai

và đâu đó có tiếng ai than khóc
những cuộc chia tay không kịp giã từ
những nấm mồ mọc lên vội vã
những phận người như lá mùa thu

rồi một hôm chim bay về núi cũ
đậu trên triền vách đá cheo leo
nhìn xuống dưới thì thầm cầu nguyện
từ nơi xa vọng lại tiếng chuông chiều

PUIS UN JOUR, L'OISEAU REVIENT À SA MONTAGNE

Puis un jour, l'oiseau revient à sa montagne,
se posant sur la falaise escarpée.
Il regarde en bas : un monde misérable,
englouti dans une pandémie désolée.

Il regarde en bas : des rues désertes,
des maisons closes et verrouillées,
des soupirs dans la nuit d'orage,
des destins incertains, sans lendemain.

Et quelque part, des pleurs s'élèvent,
des adieux faits dans la précipitation,
des tombes creusées à la hâte,
des vies emportées comme feuilles d'automne.

Puis un jour, l'oiseau revient à sa montagne,
se posant sur la falaise escarpée.
Il regarde en bas et murmure une prière,
tandis que de loin résonne la cloche du soir.

THEN ONE DAY, THE BIRD RETURNS TO ITS OLD MOUNTAIN

Then one day, the bird returns to its old mountain,
perching on the steep rocky cliff.
It looks down: a world in misery,
sinking into a desolate pandemic.

It looks down: deserted streets,
houses locked and shuttered,
sighs echoing in stormy nights,
lives uncertain of tomorrow.

And somewhere, cries of sorrow,
farewells spoken in haste,
graves rising hurriedly,
lives falling like autumn leaves.

Then one day, the bird returns to its old mountain,
perching on the steep rocky cliff.
It looks down and whispers a prayer,
as the evening bell tolls from afar.

NGƠ NGÁC
BÊN DÒNG SÔNG CỬU LONG

gửi anh Ngô Thế Vinh

rồi những người đi cũng trở về
ngậm ngùi ghé lại bến sông xưa
chuyến phà năm cũ không còn nữa
và bóng người xưa đã mịt mờ

chỉ còn những dấu chân năm tháng
của Chín Con Rồng ở phía Nam
chỉ còn những cảnh đời lang bạt
ngơ ngác bên dòng sông Cửu Long

chỉ còn tiếng thì thầm than thở
ngửa mặt nhìn lên phía thượng nguồn
bây giờ nước mặn sâu trong đất
đất nứt, vườn khô, thôn xóm buồn

rồi những người đi cũng trở về
chạnh lòng thương chín nhánh sông xưa
mây bay mây vẫn còn bay mãi
đời vẫn bơ phờ vẫn xác xơ

Virginia, 12.2023

ÉGARÉ AU BORD DU MÉKONG

À Ngô Thế Vinh

Puis ceux qui étaient partis reviennent,
Mélancoliques, ils s'arrêtent au quai d'antan.
Le ferry d'autrefois n'est plus,
Et les silhouettes familières se sont évanouies.

Ne restent que les empreintes du temps,
Des Neuf Dragons au Sud.
Ne restent que des vies errantes,
Égarées au bord du Mékong.

Ne restent que des murmures plaintifs,
Le regard levé vers l'amont.
À présent, le sel ronge la terre,
La terre craquelée, les vergers asséchés, les villages tristes.

Puis ceux qui étaient partis reviennent,
Le cœur serré pour les neuf bras du fleuve ancien.
Les nuages passent, ils continuent de passer,
Et la vie demeure, lasse et défaite.

Virginia, 12.2023

DAZED BY THE MEKONG RIVER

For Ngô Thế Vinh

And then, those who had left return,
Melancholy, they stop by the old riverbank.
The ferry of the past is no more,
And the familiar figures have long faded away.

Only the footprints of time remain,
Of the Nine Dragons in the South.
Only wandering souls are left,
Dazed by the Mekong River.

Only whispered laments linger,
Gazing upstream in sorrow.
Now, salt seeps deep into the land,
The earth cracks, gardens wither, villages mourn.

And then, those who had left return,
Hearts aching for the nine ancient streams.
Clouds drift by, endlessly drifting,
And life goes on, weary and worn

TẠM BIỆT MỘT CĂN PHÒNG

Gửi anh Trương Vũ
Căn phòng này
chiếc bàn này
nơi chúng ta đã từng ngồi
nâng ly
chúc mừng một bức tranh vừa hoàn tất
chúc mừng một cuốn sách vừa in xong
chào mừng một người bạn từ phương xa đến
có thể là từ Việt Nam
có thể là từ châu Âu
có thể là từ châu Úc
có thể là từ Canada
hay một nơi nào đó trong nước Mỹ này
ngồi bên nhau nhìn những chiếc lá vàng mùa thu Vienna
nhắc cùng nhau những kỷ niệm một thời
và nghe những ca khúc của chút-tình-đọng-lại.

Căn phòng này
không gian này
nơi có người họa sĩ
trầm ngâm ngồi trước giá vẽ
thả hồn vào nỗi đam mê
vẽ đôi mắt đẹp người thiếu nữ của đời mình
và nơi đây những bức chân dung đã ra đời
những khuôn mặt dịu dàng
những khuôn mặt phúc hậu
những khuôn mặt hiền hòa
thơm mùi sơn dầu
thơm tình bằng hữu
phảng phất nỗi buồn xa xứ
nhớ không Duyên?
nhớ không Nguyệt Mai?
nhớ không Cúc Hoa?
và nhớ không các bạn của tôi?

Căn phòng này
chiếc bàn này
không gian này
chiều nay
tôi ngậm ngùi tạm biệt.

Virginia, 21/2/2024

ADIEU À UNE CHAMBRE

À Trương Vũ

Cette chambre,
Cette table,
Là où nous nous sommes assis tant de fois,
À lever nos verres,
À célébrer un tableau fraîchement achevé,
À fêter un livre tout juste imprimé,
À accueillir un ami venu de loin,
Peut-être du Vietnam,
Peut-être d'Europe,
Peut-être d'Australie,
Peut-être du Canada,
Ou d'un coin quelconque de cette Amérique.
Assis ensemble, nous regardions les feuilles d'automne à Vienne,
Évoquant nos souvenirs d'un autre temps,
Écoutant des chansons emplies de fragments d'amour laissé en suspens.

Cette chambre,
Cet espace,
Où l'artiste, plongé dans ses pensées,
Restait assis devant son chevalet,
Laissant son âme se perdre dans sa passion,
Peignant les beaux yeux de la femme de sa vie.
C'est ici qu'ont vu le jour des portraits,
Des visages doux,
Des visages bienveillants,
Des visages sereins,
Imprégnés de l'odeur de la peinture à l'huile,
Imprégnés de l'amitié sincère,
Teintés de la mélancolie de l'exil.
Tu t'en souviens, Duyên ?
Tu t'en souviens, Nguyệt Mai ?
Tu t'en souviens, Cúc Hoa ?
Et vous, mes amis, vous en souvenez-vous ?

Cette chambre,
Cette table,
Cet espace,
Ce soir,
Je lui dis adieu avec une tristesse infinie.

Virginia, le 21 février 2024

FAREWELL TO A ROOM

For Trương Vũ

This room,
This table,
Where we once sat together,
Raising our glasses,
To celebrate a freshly completed painting,
To toast a newly printed book,
To welcome a friend from afar,
Perhaps from Vietnam,
Perhaps from Europe,
Perhaps from Australia,
Perhaps from Canada,
Or somewhere else in this vast America.
Sitting together, watching the golden autumn leaves in Vienna,
Recalling memories of a time gone by,
Listening to songs filled with lingering traces of love.

This room,
This space,
Where the artist, lost in thought,
Would sit before the easel,
Letting his soul drift into his passion,
Painting the beautiful eyes of the woman of his life.
Here, portraits came to life,
Gentle faces,
Kind-hearted faces,
Peaceful faces,
Scented with oil paint,
Infused with friendship,
Carrying the melancholy of exile.
Do you remember, Duyên?
Do you remember, Nguyệt Mai?
Do you remember, Cúc Hoa?
And you, my friends, do you remember?

This room,
This table,
This space,
Tonight,
I bid it farewell with a heavy heart.

Virginia, February 21, 2024

CHIỀU THU NGỒI BÊN RỪNG

Cho Quỳnh Anh

Và gió thổi suốt buổi chiều hôm ấy
ba ngồi như pho tượng bên rừng
những chiếc lá mùa thu vừa rơi xuống
ba chợt buồn và thương nhớ Quỳnh Anh.

Con lấy chồng xa đường xa vạn dặm
má mong con về nấu cho con một bữa ăn
các chị mong con về nghe tiếng con cười rộn rã
ba mong con về để được bên con.

Con lấy chồng xa và xa mù mịt
mỗi năm một lần con về thăm nhà
ba chỉ muốn thời gian dừng lại
thêm một ngày con ở lại bên ba

Và gió thổi suốt buổi chiều hôm ấy
ba ngồi đây im lặng bên rừng
nhìn về phía chân trời xa thẳm
ba chợt buồn và thương nhớ Quỳnh Anh.

Virginia, 22/9/2024

UN APRÈS-MIDI D'AUTOMNE ASSIS AU BORD DE LA FORÊT

Pour Quỳnh Anh

Et le vent soufflait tout l'après-midi ce jour-là,
Papa était assis comme une statue au bord de la forêt.
Les feuilles d'automne venaient de tomber,
Soudain, il fut envahi par la tristesse et la nostalgie de Quỳnh Anh.

Tu t'es mariée loin, si loin, à des milliers de kilomètres,
Maman espère ton retour pour te préparer un repas,
Tes sœurs espèrent t'entendre rire à nouveau,
Papa espère juste t'avoir près de lui.

Tu t'es mariée loin, si loin, jusqu'à l'infini,
Une seule fois par an, tu reviens visiter la maison.
Papa voudrait que le temps s'arrête,
Pour qu'un jour de plus, tu restes encore auprès de lui.

Et le vent soufflait tout l'après-midi ce jour-là,
Papa était là, silencieux, au bord de la forêt,
Regardant vers l'horizon lointain,
Soudain, il fut envahi par la tristesse et la nostalgie de Quỳnh Anh.

Virginia, le 22 septembre 2024

AN AUTUMN AFTERNOON SITTING BY THE FOREST

For Quỳnh Anh

And the wind blew all afternoon that day,
Father sat like a statue by the forest.
The autumn leaves had just fallen,
Suddenly, he felt sorrow and longing for Quỳnh Anh.

You married far away, so far, thousands of miles apart,
Mother wishes you would come home so she could cook for you,
Your sisters long to hear your joyful laughter again,
Father simply hopes to have you by his side.

You married far away, so far, into the unknown,
Only once a year do you return home.
Father wishes time would stop,
So you could stay just one more day with him.

And the wind blew all afternoon that day,
Father sat there in silence by the forest,
Gazing toward the distant horizon,
Suddenly, he felt sorrow and longing for Quỳnh Anh.

Virginia, September 22, 2024

HAI MƯƠI LĂM MÙA LỄ TẠ ƠN

Cho Anh-Kim

Mười sáu tuổi con rời đất nước
bỏ lại sau lưng ngày tháng học trò
bỏ lại sau lưng buồn vui tuổi nhỏ
bỏ lại bạn bè, trường lớp, thầy cô.

Hôm ra đi mắt con rướm lệ
nhìn vào mắt con ba thấy một nỗi buồn
nhìn phía trời xa thấy tương lai phía trước
mình lên đường, con nhé, Anh-Kim!

Rồi mình đến nơi miền đất mới
ở quê người con tiếp tục đến trường
con đi làm thêm giúp ba giúp má
con trải lòng mình thương chị thương em.

Ngày tháng đó làm sao ba quên được
những khó khăn gian khổ nhọc nhằn
những buổi tối chờ con về từ thư viện
nhìn lên trời ba thấy một vầng trăng.

Rồi cũng giống như bao nhiêu người con gái khác
ngày vu quy con bước theo chồng
hôm con đi nụ cười con rạng rỡ
nhìn vào mắt con ba thấy một mùa xuân.

Và mới đó mà hai mươi lăm năm rồi, con nhỉ?
hai mươi lăm lần mình cúi xuống tạ ơn đời
tạ ơn đất, tạ ơn trời, tạ ơn tất cả
đã cho mình có được những ngày vui.
Hai mươi lăm lần mình cúi xuống tạ ơn đời
tạ ơn đất, tạ ơn trời, tạ ơn tất cả
đã cho mình có được những ngày vui.

Virginia, tháng 11.2024

VINGT-CINQ SAISONS DE THANKSGIVING

Pour Anh-Kim

À seize ans, tu as quitté ton pays,
Laissant derrière toi tes jours d'écolière,
Laissant derrière toi les joies et les peines de l'enfance,
Laissant tes amis, ton école, tes professeurs.

Le jour du départ, tes yeux étaient pleins de larmes,
Dans ton regard, j'ai vu une immense tristesse.
Mais en regardant vers l'horizon lointain,
J'ai vu l'avenir qui t'attendait. Allons-y, Anh-Kim !

Puis, nous sommes arrivés sur cette nouvelle terre,
Et là-bas, tu as continué tes études.
Tu travaillais en parallèle pour aider papa et maman,
Tu ouvrais ton cœur, partageant ton amour avec tes sœurs et frères.

Ces jours-là, comment pourrais-je les oublier ?
Toutes ces épreuves, ces difficultés, ces labeurs…
Ces soirées où j'attendais ton retour de la bibliothèque,
Levant les yeux au ciel, je voyais la lune briller.

Puis, comme tant d'autres jeunes filles,
Le jour de ton mariage, tu es partie avec ton époux.
Ce jour-là, ton sourire était radieux,
Et dans tes yeux, j'ai vu éclore un printemps.

Et voilà que vingt-cinq ans ont déjà passé, n'est-ce pas ?
Vingt-cinq fois, nous nous sommes inclinés pour remercier la vie,
Remercier la terre, remercier le ciel, remercier tout,
Pour nous avoir donné tant de jours heureux.

Virginia, novembre 2024

TWENTY-FIVE THANKSGIVING SEASONS

For Anh-Kim

At sixteen, you left your homeland,
Leaving behind your school days,
Leaving behind the joys and sorrows of childhood,
Leaving your friends, your school, your teachers.

On the day you left, your eyes filled with tears.
In your gaze, I saw a deep sadness.
But looking toward the distant sky,
I saw the future ahead. Let's go, Anh-Kim!

Then we arrived in this new land,
And there, you continued your studies.
You worked part-time to help Mom and Dad,
You opened your heart, sharing love with your sisters and
brothers.

How could I ever forget those days?
All the hardships, the struggles, the toil…
Those nights waiting for you to come home from the library,
Looking up at the sky, I saw the moon shining.

Then, like so many other young women,
On your wedding day, you followed your husband.
That day, your smile was radiant,
And in your eyes, I saw the bloom of spring.

And now, twenty-five years have passed, haven't they?
Twenty-five times, we have bowed our heads in gratitude,
Thanking the earth, thanking the sky, thanking everything,
For giving us these happy days.

Virginia, November 2024

THÁNG BẢY NÀY CON VỀ VIỆT NAM

Cho Thiên Kim

Tháng Bảy này con về Việt Nam
sau bao nhiêu năm ở quê người tất bật
chuyện cơm áo chẳng bao giờ dứt
thôi thì tạm dừng để thăm lại quê hương.

Con trở về nhìn lại những con đường
những góc phố thân quen thời thơ ấu
trái bắp luộc, củ khoai lang, quả táo
ly chanh đường, cốc nước mía thơm ngon.

Con trở về thăm lại ngôi trường
bạn bè cũ và thầy cô thuở ấy
những kỷ niệm còn trên từng trang giấy
con đã mang theo suốt cuộc hành trình.

Con trở về tìm những học sinh
bữa ăn chưa no, áo chưa đủ ấm
một chút quà, gọi là trả ơn trường cũ
một chút tình của kẻ tha phương

Khi đi ngang qua căn nhà nơi con đã lớn khôn
con sẽ thấy bóng mình trong đó
có ba má và các em con nữa
có một thời để nhớ để thương

Tháng Bảy này con về Việt Nam
là về lại cội nguồn dân tộc
đôi chân nhỏ vượt nửa vòng trái đất
chân cứng đá mềm, con nhé, Thiên Kim

Virginia, 31.7.2024

CE JUILLET, TU RENTRES AU VIETNAM

Pour Thiên Kim

Ce juillet, tu rentres au Vietnam,
Après tant d'années de labeur en terre étrangère,
À courir sans fin après le pain quotidien.
Alors, fais une pause et retourne voir ton pays natal.

Tu rentres pour revoir ces rues,
Ces coins familiers de ton enfance,
Le maïs bouilli, la patate douce, la pomme,
Le citron pressé, le jus de canne à sucre parfumé.

Tu rentres pour revoir ton ancienne école,
Tes amis d'autrefois, tes professeurs d'antan,
Ces souvenirs gravés sur chaque page,
Que tu as emportés tout au long de ton voyage.

Tu rentres pour retrouver ces écoliers,
Le ventre parfois vide, vêtus d'habits légers.
Un petit présent, en hommage à ton école,
Un peu de tendresse, de la part d'une enfant exilée.

En passant devant la maison où tu as grandi,
Tu y verras l'ombre de ton enfance,
Avec ton père, ta mère, tes frères et sœurs,
Un temps à chérir, un temps à aimer.

Ce juillet, tu rentres au Vietnam,
Tu retrouves les racines de ta nation.
Tes petits pas traversent un demi-monde,
Marche avec force et courage, Thiên Kim.

Virginia, 31 juillet 2024

THIS JULY, YOU RETURN TO VIETNAM

For Thiên Kim

This July, you return to Vietnam,
After so many years of hard work in a foreign land,
Endlessly caught up in life's daily struggles.
So, take a pause and visit your homeland.

You return to see the streets again,
The familiar corners of your childhood,
Boiled corn, sweet potatoes, apples,
A glass of lemonade, a cup of fragrant sugarcane juice.

You return to visit your old school,
Your childhood friends, your former teachers,
Memories still lingering on every page,
Carried with you throughout your journey.

You return to find the schoolchildren,
Hungry at times, dressed in worn-out clothes.
A small gift, a token of gratitude to your old school,
A little love from one who has wandered far from home.

Passing by the house where you grew up,
You will see the shadow of your younger self,
With your father, mother, and siblings,
A time to remember, a time to cherish.

This July, you return to Vietnam,
To reconnect with the roots of your people.
Your small feet cross half the world,
Stay strong, stay brave, Thiên Kim.

Virginia, July 31, 2024

THIÊN KIM
TRANH TRƯƠNG VŨ

NHỚ MỘT CON ĐƯỜNG

rồi năm mươi năm trôi qua
giật mình nhìn lại, quê nhà nơi đâu?
đường Tăng Bạt Hổ hôm nào
tiểu thư qua ngõ tôi xao xuyến lòng
và em có biết hay không?
chiều hôm ấy tôi phải lòng cúc hoa
chiều hôm ấy em thật thà
đi cùng tôi giữa bao la đất trời
và tôi đã nhủ lòng tôi
sẽ đi suốt cả một đời cùng em
năm mươi năm, tôi chưa quên
phút ban đầu ấy nhẹ nhàng như mây
buổi chiều Đà Lạt mưa bay
và sương khói của một ngày bình yên
nhớ hoài ánh mắt đầu tiên
làm xao động cả cao nguyên Lâm Đồng
nhớ hoài đôi má ửng hồng
áo len xuống phố tình nồng lên men
và rồi trước lạ sau quen
gặp nhau hôm ấy là duyên nợ rồi.
và năm mươi năm, em ơi!
tôi thương và nhớ một thời thanh xuân
thương và nhớ một con đường

Virginia, 22.11.2024

SOUVENIR D'UNE RUE

Et puis cinquante ans ont passé,
Je sursaute en regardant en arrière : où est mon pays natal ?
La rue Tăng Bạt Hổ d'autrefois,
Où une jeune demoiselle passait et troublait mon cœur.

Savais-tu, ce soir-là,
Que je suis tombé amoureux d'un chrysanthème ?
Ce soir-là, tu étais si sincère,
Marchant avec moi sous l'immensité du ciel.

Et je me suis promis,
De parcourir toute ma vie à tes côtés.
Cinquante ans, et je n'ai pas oublié,
Ce premier instant, doux comme un nuage.

Un après-midi de bruine à Đà Lạt,
Et la brume d'un jour paisible.
Je me souviens toujours de ce premier regard,
Qui a fait frémir tout le haut plateau de Lâm Đồng.

Je me souviens toujours de tes joues roses,
D'un pull en laine, descendant en ville, l'amour enivrant l'air.
Et puis, d'étrangers, nous sommes devenus proches,
Ce jour-là, notre rencontre était déjà écrite.

Cinquante ans plus tard, oh mon amour,
Je chéris et je me souviens d'une jeunesse envolée,
Je chéris et je me souviens d'une rue.

Virginia, le 22 novembre 2024

REMEMBERING A STREET

And then fifty years have passed,
I startle as I look back: where is my homeland?
Tăng Bạt Hổ Street of long ago,
Where a young lady walked by and stirred my heart.

Did you know, that evening,
That I fell in love with a chrysanthemum?
That evening, you were so sincere,
Walking with me under the vast sky.

And I promised myself,
To walk through life by your side.
Fifty years, and I have not forgotten,
That first moment, as light as a cloud.

An afternoon drizzle in Đà Lạt,
And the mist of a peaceful day.
I will always remember that first gaze,
That stirred the entire Lâm Đồng highlands.

I will always remember your rosy cheeks,
A woolen sweater, strolling down the street, love filling the air.
And then, from strangers, we became close,
That day, our meeting was already destined.

Fifty years later, oh my love,
I cherish and remember a youthful time,
I cherish and remember a street.

Virginia, November 22, 2024

BÀI CUỐI CÙNG
CHO MỘT ĐOẠN ĐƯỜNG 12 NĂM

(Chiều cuối năm tâm sự cùng Nguyễn Minh Nữu)

Cũng đành giã biệt mà thôi
mười hai năm ấy ngậm ngùi chia tay
đời hữu hạn, mộng thì dài
hôm nay còn đó, ngày mai không còn. (1)
Chiều cuối năm, chiều thật buồn
tôi vừa dừng lại trên đường tôi đi
hành trang tôi chẳng còn chi
nhẹ tênh tôi chẳng có gì băn khoăn.
Cám ơn người bạn tri âm (2)
cám ơn bằng hữu xa gần thiện duyên.
Bây giờ không nhớ không quên
không yêu không ghét không phiền lụy ai
đời hữu hạn, mộng thì dài (3)
hôm nay còn đó ngày mai không còn.
Tôi về đuổi bóng hoàng hôn. (4)

PHẠM CAO HOÀNG
Virginia, 31.12.2024

(1) Ngày mai, 1.1.2025, Trang VHNT Phạm Cao Hoàng sẽ ngừng hoạt động sau 12 năm có mặt. Trong 12 năm, Trang VHNT Phạm Cao Hoàng (Tiền thân là Blog Phạm Cao Hoàng) đã giới thiệu và lưu trữ 6650 tác phẩm thơ, truyện, tùy bút, tản văn, tạp bút, biên khảo, dịch thuật, hội họa, nhiếp ảnh , âm nhạc…
(2) Nhà văn Nguyễn Minh Nữu.
(3) Giấc mộng văn chương.
(4) Tựa đề một cuốn sách của Nhà văn/Họa sĩ Trương Vũ.

LE DERNIER POÈME POUR UN VOYAGE DE 12 ANS

(Confidences en fin d'année avec Nguyễn Minh Nữu)

Il faut bien dire adieu,
Douze années s'achèvent dans un au revoir plein d'émotion.
La vie est éphémère, les rêves sont longs,
Aujourd'hui encore ici, demain peut-être plus. (1)

Un après-midi de fin d'année, un après-midi si triste,
Je viens de m'arrêter sur le chemin de ma vie.
Mon bagage est désormais vide,
Si léger, je n'ai plus rien qui me pèse.

Merci à toi, ami de toujours (2),
Merci à mes compagnons proches et lointains.
Désormais, je ne me souviens ni n'oublie,
Je n'aime ni ne hais, sans attache ni souci.
La vie est éphémère, les rêves sont longs (3),
Aujourd'hui encore ici, demain peut-être plus.

Je rentre poursuivre l'ombre du crépuscule. (4)

PHẠM CAO HOÀNG
Virginia, le 31 décembre 2024

(1) Le 1er janvier 2025, la page littéraire et artistique de Phạm Cao Hoàng cessera son activité après 12 ans d'existence. Pendant ces 12 ans, elle (anciennement connue sous le nom de Blog Phạm Cao Hoàng) a présenté et archivé 6 650 œuvres de poésie, nouvelles, essais, chroniques, critiques, traductions, peinture, photographie et musique…
(2) L'écrivain Nguyễn Minh Nữu.
(3) Le rêve de la littérature.
(4) Titre d'un livre de l'écrivain et peintre Trương Vũ.

THE LAST POEM FOR A 12-YEAR JOURNEY

(A year-end reflection with Nguyễn Minh Nữu)

It is time to say goodbye,
Twelve years pass with a bittersweet farewell.
Life is fleeting, dreams are long,
Here today, but maybe gone tomorrow. (1)

A late afternoon at year's end, a sorrowful afternoon,
I pause on the path of my life.
My baggage is now empty,
So light, I carry no burden.

Thank you, my kindred friend (2),
Thank you to my companions, near and far.
Now, I neither remember nor forget,
Neither love nor hate, free of attachments and worries.
Life is fleeting, dreams are long (3),
Here today, but maybe gone tomorrow.

I return to chase the twilight's shadow. (4)

PHẠM CAO HOÀNG
Virginia, December 31, 2024

(1) On January 1, 2025, the Phạm Cao Hoàng Literary and Arts Page will cease operations after 12 years. During this time, it (formerly known as the Phạm Cao Hoàng Blog) has introduced and archived 6,650 works of poetry, short stories, essays, articles, critiques, translations, paintings, photography, and music.
(2) Writer Nguyễn Minh Nữu.
(3) The dream of literature.
(4) Title of a book by writer and painter Trương Vũ.

GIAO THỪA KHÔNG CÓ EM

Lần trở về này em đi một mình
tôi ở lại quê người cùng những cơn bão tuyết
đêm trừ tịch không có em, ngày mai là Tết
tôi ngồi lặng im nghe gió rít bên ngoài
tôi ngồi lặng im trong bóng tối cùng tôi
và nhớ lại những ngày tháng cũ.

Nhớ những ngày mình không có Tết
nụ cười em vẫn nở trên môi
vẫn hồn nhiên, vẫn tha thiết yêu đời
và chia sẻ cùng tôi một đoạn đời gian khó
vẫn yêu dòng sông quê tôi, xóm làng nơi tôi khôn lớn
vẫn yêu rừng núi quê em, sương khói mơ hồ
và thuở ấy tôi chẳng có gì ngoài những bài thơ
viết cho em như những dòng nhật ký
viết cho em như những dòng tâm sự
rằng tôi yêu em yêu em yêu em.

Nhớ một thời xa quê hương sống đời viễn xứ
một thời buồn vui cùng với vui buồn
má em vẫn hồng, đôi mắt vẫn yêu thương
tim vẫn đập chung cùng tôi một nhịp
đi cùng em bên dòng sông Potomac
nhắc cùng nhau những kỷ niệm ngày xưa
ngày xưa, ngày xưa, con đường Võ Tánh
ngày xưa, ngày xưa, áo trắng nữ sinh
ôi có thể nào mình kéo ngược thời gian
và sống lại những ngày tháng ấy.

Lần trở về này em đi một mình
tôi ở lại quê người cùng những cơn bão tuyết
giờ phút này tôi xa em nửa vòng trái đất
Giao Thưa không em tôi nhớ thương em
Giao Thừa không em tôi nhớ thương em.

Virginia, 29.1.2025

RÉVEILLON SANS TOI

Cette fois, tu es rentrée seule,
Je reste ici, dans ce pays étranger, avec les tempêtes de neige.
La nuit du Nouvel An sans toi, demain c'est le Têt,
Je m'assois en silence, écoutant le vent hurler dehors,
Je m'assois en silence, seul avec mon ombre,
Me rappelant les jours passés.

Je me souviens des années sans Têt,
Mais ton sourire était toujours là,
Toujours spontané, toujours passionné par la vie,
Partageant avec moi une période difficile.
Tu aimais toujours le fleuve de mon enfance, le village où j'ai grandi,
Tu aimais toujours les montagnes embrumées de ton pays,
Et à cette époque, je n'avais rien d'autre à offrir
Que mes poèmes,
Écrits pour toi comme un journal intime,
Écrits pour toi comme des confidences,
Pour te dire que je t'aime, je t'aime, je t'aime.

Je me souviens de notre vie d'exil, loin du pays natal,
De ces années où nous partagions joies et peines,
Tes joues étaient toujours roses, tes yeux toujours pleins d'amour,
Ton cœur battait au même rythme que le mien.
Main dans la main, nous marchions le long du Potomac,
Nous rappelant ensemble les souvenirs d'antan.
Autrefois, autrefois… la rue Võ Tánh,
Autrefois, autrefois… ta robe blanche d'écolière.
Oh, si seulement nous pouvions remonter le temps
Et revivre ces jours heureux…

Cette fois, tu es rentrée seule,
Je reste ici, dans ce pays étranger, avec les tempêtes de neige.
En ce moment même, un demi-monde nous sépare,
Le réveillon sans toi, je pense à toi,
Le réveillon sans toi, tu me manques tant.

Virginia, le 29 janvier 2025

NEW YEAR'S EVE WITHOUT YOU

This time, you went back alone,
I stay here, in this foreign land, with the snowstorms.
New Year's Eve without you—tomorrow is Tết,
I sit in silence, listening to the wind howling outside,
I sit in silence, alone with my shadow,
Remembering the days gone by.

I remember the years when we had no Tết,
Yet your smile never faded,
Still carefree, still passionately loving life,
Sharing with me those difficult days.
You still loved the river of my childhood, the village where I grew up,
You still loved the misty mountains of your homeland,
And back then, I had nothing to give
But my poems,
Written for you like diary entries,
Written for you like heartfelt confessions,
Telling you that I love you, I love you, I love you.

I remember our years in exile, far from home,
The joys and sorrows we shared,
Your cheeks still rosy, your eyes still full of love,
Your heart beating in sync with mine.
Walking with you along the Potomac River,
We reminisced about the old days.
The old days, the old days… Võ Tánh Street,
The old days, the old days… your white schoolgirl dress.
Oh, if only we could turn back time
And relive those moments again…

This time, you went back alone,
I stay here, in this foreign land, with the snowstorms.
Right now, half the world separates us,
New Year's Eve without you—I long for you,
New Year's Eve without you—I miss you so much.

Virginia, January 29, 2025

NGÀY TÔI RỜI BỤC GIẢNG

Chiều hôm ấy tôi rời bục giảng
viên phấn buồn còn sót lại trong tay
giây phút đó lòng tôi trĩu nặng
vì mai đây tôi từ giã nơi này,

Tôi ra đi mang theo nhiều kỷ niệm
ánh mắt các em, giọng nói bạn bè
hương của núi rừng và hương của đất
đát và người đẹp như những bài thơ.

Tôi sẽ nhớ, nhớ từng khuôn mặt
những dãy bàn , dãy ghế, lối đi quen
tôi sẽ nhớ những hàng cây rợp mát
tiếng cười vui rộn rã lúc tan trường.

Tôi nợ các em, nợ đồng nghiệp cũ
tôi nợ quê mình, nợ một dòng sông
ân tình đó tôi xin giữ mãi
và khắc ghi mãi mãi trong lòng.

Chiều hôm ấy tôi rời bục giảng
viên phấn buồn còn sót lại trong tay
giây phút đó hình như tôi đã khóc
vì mai đây tôi xa mãi nơi này.

Virginia, 2 tháng 4. 2025

LE JOUR OÙ J'AI QUITTÉ L'ESTRADE

Ce soir-là, j'ai quitté l'estrade,
Un morceau de craie triste restait dans ma main.
À cet instant, mon cœur était lourd,
Car demain, je quitterai cet endroit pour toujours.

Je pars, emportant avec moi tant de souvenirs,
Les regards des élèves, la voix des amis,
Le parfum des montagnes, l'odeur de la terre,
Une terre et un peuple aussi beaux que des poèmes.

Je me souviendrai, je me souviendrai de chaque visage,
Des rangées de bancs, des allées familières,
Je me souviendrai des arbres à l'ombre bienveillante,
Des rires joyeux à l'heure de la sortie.

Je suis redevable aux élèves, aux anciens collègues,
Je suis redevable à ma terre natale, à une rivière,
Cet amour et cette gratitude, je les garderai,
À jamais gravés dans mon cœur.

Ce soir-là, j'ai quitté l'estrade,
Un morceau de craie triste restait dans ma main.
À cet instant, il me semble que j'ai pleuré,
Car demain, je serai loin d'ici pour toujours.

Virginia, le 2 avril 2025

THE DAY I LEFT THE PODIUM

That evening, I left the podium,
A sorrowful piece of chalk still in my hand.
At that moment, my heart felt heavy,
For tomorrow, I would leave this place.

I leave, carrying countless memories,
The students' eyes, the voices of friends,
The scent of mountains, the fragrance of the earth,
A land and a people as beautiful as poetry.

I will remember, I will remember every face,
The rows of desks, the familiar pathways,
I will remember the trees that cast cool shade,
The joyful laughter at the end of the school day.

I owe my students, my former colleagues,
I owe my homeland, I owe a river,
That love, that gratitude, I will keep forever,
Etched deeply in my heart.

That evening, I left the podium,
A sorrowful piece of chalk still in my hand.
At that moment, I think I wept,
For tomorrow, I would be far from this place forever.

Virginia, April 2, 2025

NHỚ CÚC HOA
Thơ PHẠM CAO HOÀNG
Chuyển ngữ THÂN TRỌNG SƠN
Thực hiện Tháng 3 / 2025

TRONG TẬP NÀY

Nhân Ảnh
2025

Liên lạc tác giả
Thân Trọng Sơn
Email: thantrongson11@gmail.com

Liên lạc Nhà xuất bản
Nhân Ảnh
E.mail: han.le3359@gmail.com
(408) 722-5626

www.ingramcontent.com/pod-product-compliance
Lightning Source LLC
LaVergne TN
LVHW020818061026
849530LV00003B/21
* 9 7 9 8 3 4 9 3 0 7 6 9 0 *